AF659788

മംഗളോദയം

കൗമാരസ്വപ്നങ്ങൾ
പൊലിയാതിരിക്കാൻ

ജയ്സൺ കൊച്ചുവീടൻ

അധ്യാപകൻ, ലേഖകൻ
ഇടുക്കി ജില്ലയിലെ തൊടുപുഴയിൽ ജനനം.
ഇംഗ്ലീഷ് അധ്യാപനത്തിൽ ബിരുദം.
ഹയർ സെക്കണ്ടറി അധ്യാപക യോഗ്യതാ
നിർണയ പരീക്ഷയിൽ വിജയം.
കേരള സർക്കാർ വിദ്യാഭ്യാസവകുപ്പിന്റെ
കൗമാര വിദ്യാഭ്യാസ പാഠ്യപദ്ധതിയിൽ
നോഡൽ ഓഫീസറായി പരിശീലനം നേടിയിട്ടുണ്ട്.

വിലാസം : കൊച്ചുവീട്ടിൽ,
മുതലക്കോടം പി.ഒ., തൊടുപുഴ, ഇടുക്കി
ഇ-മെയിൽ: jaisonhsst@gmail.com

കൗമാരസ്വപ്നങ്ങൾ പൊലിയാതിരിക്കാൻ

കൗമാരപ്രായക്കാരായ വിദ്യാർത്ഥികളും മാതാപിതാക്കളും
അധ്യാപകരും അറിഞ്ഞിരിക്കേണ്ട കാര്യങ്ങൾ

ജയ്സൺ കൊച്ചുവീടൻ

MANGALODAYAM
an imprint of GREEN BOOKS

mangalodayam
an imprint of green books pvt. ltd
gb building, civil lane road, ayyanthole,
thrissur- 680 003, kerala, ph: +91 487-2381066, 2381039
website: www.greenbooksindia.com
e-mail: info@greenbooksindia.com

malayalam
koumaraswapnangal poliyathirikkan
life success
by
jaison kochuveedan

first published march 2012

cover design: rajesh chalode

branches:
thrissur 0487-2422515
thiruvananthapuram 0471-2335301
calicut 0495 4854662
ernakulam 8589095302

isbn : 978-93-80884-64-6

GMGPL/414/2012

മുഖക്കുറി

മനുഷ്യന്റെ വളർച്ചയുടെ പ്രധാനപ്പെട്ടൊരു കാലമാണ് കൗമാരം. ജീവിതത്തെക്കുറിച്ചുള്ള നിർണായകമായ പല നിലപാടുകളും ഈ കാലത്താണ് സൃഷ്ടമാകുന്നത്. അതുവരെയുള്ള ബാല്യത്തിന്റെ നിഷ്കളങ്കതയിൽ നിന്നും യൗവനത്തിന്റെ ഊർജ്ജസ്വലമായ പ്രസരിപ്പിലേക്കുള്ള പരിവർത്തനം നടക്കുന്ന ഈ കാലഘട്ടം ശാരീരികവും മാനസികവുമായ ഒട്ടേറെ പരിണാമങ്ങൾക്ക് വിധേയമാവുന്ന കാലം കൂടിയാണ്. കൗമാരത്തെ എങ്ങനെ തരണം ചെയ്യാമെന്നുള്ള ഫലപ്രദമായ ഒട്ടേറെ അറിവുകളാണ് ഈ കൊച്ചുഗ്രന്ഥം പറയുന്നത്. സാങ്കേതികമായും സാമൂഹികമായും ദ്രുതഗതിയിൽ മാറിക്കൊണ്ടിരിക്കുന്ന ഇന്നത്തെ കാലത്ത് കൗമാരപ്രായക്കാർക്കും അവരുടെ മാതാപിതാക്കൾക്കും അധ്യാപകർക്കും ഈ പുസ്തകം വലിയൊരു സഹായിയായി മാറുന്നു.

കൃഷ്ണദാസ്

മാനേജിങ് എഡിറ്റർ

ഉള്ളടക്കം

ത്രിശങ്കുസ്വർഗ്ഗത്തിൽ!

കൗമാരപ്രായം ഒരു ത്രിശങ്കുസ്വർഗ്ഗമാണെന്നു വേണമെങ്കിൽ പറയാം. വിശ്വാമിത്ര മഹർഷി ദേവലോകത്ത് പ്രവേശനം കിട്ടാതെ വന്ന ത്രിശങ്കു രാജാവിനു സ്വന്തമായൊരു സ്വർഗ്ഗം സൃഷ്ടിച്ചതുപോലെ പ്രകൃതിയൊരുക്കിയിരിക്കുന്ന 'പറുദീസ'യാണ് കൗമാരം. കവിത തുളുമ്പുന്ന മനസ്സും കാല്പനികതയുടെ ക്യാൻവാസുമായാണ് കൗമാരം കടന്നുവരുന്നത്. കുമാരന്റെയും കുമാരിയുടെയും ശരീരവും വളർച്ചയും സമൂഹത്തിൽ അവരുടെ സ്ഥാനവുമെല്ലാം ചിന്താവിഷയമാക്കേണ്ടതുണ്ട്.

പലവിധ സ്വാധീനവലയങ്ങളിൽപ്പെട്ട് ചെളിക്കുണ്ടുകളിലേക്കു പതിക്കുവാനൊരുങ്ങുമ്പോൾ, രക്ഷയ്ക്കായി കുറെ നല്ല ചിന്തകൾ മനസ്സിൽ കരുതുക. അധികാരികളോടും തത്ത്വചിന്തകളോടും ദൈവത്തോടും വരെ മൽപ്പിടിത്തം നടത്തുന്ന ഒരു കാലമാണിത്. അതിനാൽ ധാർമ്മികതയുടെ പ്രചോദനങ്ങൾ ഇക്കാലത്ത് വളരെ ആവശ്യമാണ്. മയക്കുമരുന്നു മുതൽ ഇന്റർനെറ്റ് അശ്ലീലം വരെ കൗമാരപ്രായക്കാരെ വിഴുങ്ങാൻ കാത്തു നിൽക്കുമ്പോൾ അതിനെ അതിജീവിക്കാൻ ധാർമ്മികമായ ഉദ്ബോധനവും ഇച്ഛാദാർഢ്യവും ആവശ്യമാണ്.

തലമുറകൾ തമ്മിലുള്ള വിടവ് എന്ന കമ്മ്യൂണിക്കേഷൻ ഗ്യാപ് ആണ് എല്ലാ പ്രശ്നങ്ങൾക്കും കാരണമെന്നു പറഞ്ഞ് ഒഴിഞ്ഞു മാറുമ്പോൾ ഇന്നലെ വരെ ഈ വിചാരങ്ങൾ എവിടെയായിരുന്നുവെന്ന് അദ്ഭുതപ്പെട്ടു പോകും. ആത്മഹത്യയിലേക്കും ഒളിച്ചോട്ടത്തിലേക്കും ജീവിതം പറിച്ചു നടുന്നതിനു മുമ്പ് ഒരു നിമിഷം കൗമാരപ്രായക്കാർ സ്വന്തം ജീവിതത്തെക്കുറിച്ചു ചിന്തിക്കുക. ജീവിതം എന്താണെന്നു പഠിക്കുക. ഒറ്റപുത്രന്മാരും ദത്തുപുത്രന്മാരും അണുകുടുംബങ്ങളുമൊക്കെ വ്യാപകമാകുന്ന ഇക്കാലത്ത് അമ്പതു ശതമാനത്തിലധികം കൗമാരപ്രായക്കാർ മാനസികമായി ആരോഗ്യമില്ലാത്തവരായിത്തീർന്നിരിക്കുകയാണ്.

സ്കൂളുകളിലെ പ്രശ്നങ്ങളും ലൈംഗികതയോടുള്ള കാഴ്ചപ്പാടുകളും ഡ്രോയിംഗ് റൂമിൽ വിരുന്നിനെത്തുന്ന എണ്ണമറ്റ ചാനലുകളും ജീവിതത്തെ അട്ടിമറിക്കുമ്പോൾ, വഴിയരികിലെവിടെയോ പഥികനായി കാത്തുനിൽക്കുന്ന മനസ്സാക്ഷിയെ ശ്രവിക്കുവാൻ ആർക്കാണു സമയം! അല്പവസ്ത്രധാരിണികളായ മോഡലുകളും മസിൽമാൻമാരും ജീവിതപന്ഥാവിൽ പുതിയ പ്രലോഭനങ്ങൾ നിറച്ചു കടന്നുവരുമ്പോൾ വഴി പിഴയ്ക്കുക എന്ന പദത്തിനു നൂതനമായ ഒരർത്ഥതലം തന്നെ കല്പിക്കേണ്ടി വരുന്നു.

പഠനം സുപ്രധാനമാണെന്നും ജീവിതലക്ഷ്യങ്ങൾ കൈവരിക്കുവാൻ ഏകാഗ്രതയോടെയുള്ള കഠിന തപസ്സുതന്നെ ആവശ്യമാണെന്നും മനസ്സിലാക്കുവാൻ, വൈകിപ്പോയാലോ? സമയബോധം നഷ്ടപ്പെട്ടാൽ കുത്തിയൊഴുകുന്ന മലവെള്ളപ്പാച്ചിലിലെ വെറുമൊരു പൊങ്ങുതടിയായി നാം മാറും. സംസാരത്തിലും പൊതുവേദികളിലും ഡ്രൈവു ചെയ്യുമ്പോഴും രാഷ്ട്രീയത്തിലിടപെടുമ്പോഴും കുറ്റകൃത്യങ്ങൾക്കായി ഊർജ്ജം ചെലവഴിക്കുമ്പോഴും മൊബൈൽ ഫോണിലൂടെ മറ്റുള്ളവരെ ശല്യപ്പെടുത്തുമ്പോഴും ചതിക്കുഴിയുടെ വലകൾ നമുക്കായി രൂപംകൊണ്ടിരിക്കുകയാണെന്നു മനസ്സിലാക്കണം.

■

എന്താണ് കൗമാരം?

കുട്ടിത്തം വിട്ട് യുവത്വത്തിലേക്കുള്ള കാൽവയ്പായി ശാസ്ത്രം കൗമാരത്തെ നിർവ്വചിക്കുന്നു. ലൈംഗികാവയവങ്ങളുടെ വികാസവും ലൈംഗികചോദനകളുടെ ഉണർച്ചകളും കൗമാരത്തിന്റെ അടയാളങ്ങളാണ്. സൗരഭ്യമേറിയ ഒരു പുഷ്പം വിരിയുന്നതുപോലെ, ഒരു കുളിർക്കാറ്റ് വീശുന്നതുപോലെയാണ് കൗമാരം കടന്നുവരുന്നതെന്നു പറയാം.

"അമ്മുക്കുട്ടിയെ കണ്ടിട്ട് കുറെ ദിവസമായല്ലോ! എന്തുപറ്റി?"

എന്നും മത്സ്യവുമായി സൈക്കിളിൽ വീട്ടിലെത്തുന്ന ബീരാനിക്കയുടെ ചോദ്യം.

"ഓ! പിള്ളേരൊക്കെ വലുതായില്ലേ?"

മീൻ വാങ്ങുന്നതിനിടയിൽ മുത്തശ്ശിയുടെ പ്രതികരണം. ചോദിച്ചത് അബദ്ധമായിയെന്ന് ബീരാനിക്കയ്ക്കു തോന്നിക്കാണും. എന്നാലും എന്നും മീൻകൊട്ടയ്ക്കടുത്തേക്ക് പൂമ്പാറ്റയെപ്പോലെ പാറിവന്നിരുന്ന അമ്മുക്കുട്ടിയെ കാണുവാൻ ആ വൃദ്ധൻ കൊതിച്ചു. മിനിക്കുട്ടിക്കു പ്രായമാവേണ്ടിയിരുന്നില്ലായെന്നും വളരേണ്ടിയിരുന്നില്ലായെന്നും വിചാരിച്ച ടാഗൂർകഥയിലെ കാബൂളിവാലയെപ്പോലെ ബീരാനിക്കയും ചിന്തിച്ചിട്ടുണ്ടാവാം. അപ്പോൾ അടുക്കളയിലെ ജനാലയിലൂടെ രണ്ടു കണ്ണുകൾ മീൻകാരനെയും മുത്തശ്ശിയെയും നോക്കുന്നുണ്ടായിരുന്നു. ആ കണ്ണുകളിൽ ഇതുവരെയില്ലാത്ത ഒരു ഭാവം നിറഞ്ഞുനിന്നിരുന്നു.

നിഷ്കളങ്കമായ ബാല്യം വിട്ട് ജീവിതയാഥാർത്ഥ്യങ്ങളിലേക്കുള്ള ഒരു എത്തിച്ചേരലാണ് കൗമാരം. ബാല്യത്തിന്റെ സ്വാതന്ത്ര്യം മാനസികമായും ശാരീരികമായും നഷ്ടപ്പെടുന്നു. ഒപ്പം പുതിയ അറിവുകൾ രൂപപ്പെടുന്നു. വ്യത്യസ്തമായ ഒരു വീക്ഷണകോണിലൂടെ കാര്യങ്ങൾ നോക്കിക്കാണുവാൻ തുടങ്ങുകയായി.

ആംഗലേയ ഭാഷയിൽ കൗമാരത്തെ അല്പം കടുപ്പമേറിയ 'അഡളെസെൻസ്' എന്ന വാക്കുകൊണ്ടാണ് സൂചിപ്പിക്കുന്നത്. ലാറ്റിൻ ഭാഷയിലെ 'അഡളൊസർ' (Adolscere) എന്ന പദത്തിൽനിന്നുമുണ്ടായതാണ് ഇത്. 'വളരുക' എന്നർത്ഥം വരുന്ന ഈ പദം അതു സൂചിപ്പിക്കുന്ന അവസ്ഥയുമായി നൂറു ശതമാനവും പൊരുത്തപ്പെടുന്നതാണ്.

കൗമാരകാലഘട്ടം മാറ്റത്തിന്റെ കാലഘട്ടം കൂടിയാണ്. മാനസികവും ശാരീരികവുമായ ഒട്ടനവധി മാറ്റങ്ങൾ ഈ സമയത്ത് ഉണ്ടാവുന്നു. ഇതിന് തയ്യാറെടുപ്പുകൾ ആവശ്യമാണ്. ബാല്യത്തിന്റെ ഉപസംഹാരക്കുറിപ്പും (Epilogue) പക്വതയുടെ ആമുഖക്കുറിപ്പും (Prologue) ആയി കൗമാരത്തെ കരുതാവുന്നതാണ്. ജീവിതത്തിന്റെ മാധുര്യം നുണയുവാനാരംഭിക്കുന്ന കാലഘട്ടം. സിരകളിലാകെ ഊർജ്ജം നിറയുന്ന കാലഘട്ടമാണ് ഇത്. നാടകീയമായ ചിന്താധാരകൾ, ഭാവനയുടെ അതിപ്രസരവുംകൂടി കൂട്ടിനെത്തുമ്പോൾ കൗമാരം മറ്റൊരു വസന്തകാലമായിത്തീരുകയാണ്. ഒരിക്കലും മറക്കാനാവാത്ത ഓർമ്മകൾ സമ്മാനിച്ചുകൊണ്ടായിരിക്കും കൗമാരം കടന്നുവരിക.

പ്രശസ്ത കവയത്രിയായ കമലാദാസ് തന്റെ 'ദ് മിഡിൽ ഏജ്' (The Middle Age) എന്ന കവിതയിൽ കൗമാരവിഹ്വലതകളിലൂടെയും ചാപല്യങ്ങളിലൂടെയും കടന്നുപോകുന്ന പുത്രനെ അവതരിപ്പിക്കുന്നുണ്ട്. വസ്ത്രങ്ങൾ ഇസ്തിരിയിടുവാനും ചായ നൽകുവാനുമൊക്കെ നീങ്ങുമ്പോൾ അമ്മ നെടുവീർപ്പിടുന്നു. തന്റെ മകന്റെ ബാല്യം അസ്തമിച്ചിരിക്കുന്നുവെന്ന് അമ്മ മനസ്സിലാക്കുകയാണ്. താൻ മധ്യവയസ്കയായിയെന്ന തിരിച്ചറിവിൽ മകന്റെ വസ്ത്രങ്ങളിൽ ചുംബിച്ച് അമ്മ നിർവൃതിയടയുന്നു. അവന്റെ പുസ്തകങ്ങളിൽ സ്പർശിച്ച് സുഖം അനുഭവിക്കുന്നു.

ഇന്നലെ വരെ നിഷ്കളങ്കമായി സാരിത്തുമ്പിൽ പിടിച്ചുനിന്നിരുന്ന കുട്ടി ഇന്ന് തർക്കിക്കുമ്പോൾ, ആക്രോശിക്കുമ്പോൾ, കൗമാരമായി എന്ന സൂചനയാണ് നൽകുന്നത്. സ്വയം നിയന്ത്രിക്കപ്പെടുവാനും പരസഹായമില്ലാതെ മുന്നേറുവാനും അവൻ അല്ലെങ്കിൽ അവൾ വ്യഗ്രതപ്പെടുന്നതും കൗമാരത്തിന്റെ സൂചനകളാണ്. മറ്റുള്ളവരുമായുള്ള ആശയവിനിമയം ഗണ്യമായി കുറയുകയും തന്റേതായ ഒരു ലോകം സൃഷ്ടിക്കുകയുമെല്ലാം കൗമാരത്തിന്റെ സ്വഭാവങ്ങളായി കണക്കാക്കാം.

ഹോർമോൺ വ്യതിയാനത്തിലൂടെ മുഖക്കുരുവും ശരീരത്തിൽ പ്രത്യേക ഗന്ധവും രോമങ്ങളുമൊക്കെ ഉണ്ടാവുകയും ചെയ്യുന്നു. പ്രായത്തിന്റെ അതിർവരമ്പുകളിൽ തളച്ചിടാവുന്നതല്ല കൗമാരം. അതിനാൽ ത്തന്നെ കൂട്ടുകാർ നഷ്ടപ്പെടുമെന്നോർത്ത് ആശങ്കപ്പെടേണ്ടതില്ല.

അമേരിക്കയിലെ 'അക്കാദമി ഓഫ് ചൈൽഡ് ആൻഡ് അഡളെസെന്റ് സൈക്യാട്രി' പറയുന്നത് പത്തു മുതൽ ഇരുപത്തിനാലു വയസ്സുവരെയാണ് കൗമാരത്തിന്റെ കാലമെന്നാണ്. സ്നേഹത്തിന്റെ കതിരുകൾ കൊയ്യുവാൻ തുനിയുന്ന ഏതു കാലവും കൗമാരമെന്ന ആംഗലേയ കാല്പനികകവികളുടെ വീക്ഷണവും അർത്ഥവത്താണ്.

ഒരാളുടെ വളർച്ചയിലെ ഏറ്റവും ചലനാത്മകം (Dynamic) ആയ കാലഘട്ടമാണ് കൗമാരമെന്നു ചുരുക്കം. വൈകാരികവും സാമൂഹി

കവും ശാരീരികവും മാനസികവുമായ മാറ്റങ്ങൾ സമ്മേളിക്കുന്ന മനോഹരമായ കാലഘട്ടം കൂടിയാണിത്. സ്വന്തം ഐഡന്റിറ്റിയെ തിരിച്ചറിയുവാനുള്ള ത്വരയും സാമൂഹികാംഗീകാരം നേടുവാനുള്ള ഉൽക്കടമായ അഭിവാഞ്ഛയും ക്ഷണിക്കാത്ത അതിഥികളായി കടന്നെത്തുന്നു. വർദ്ധിച്ചുവരുന്ന വിയർപ്പും സ്നേഹഗ്രന്ഥികളുടെ പ്രവർത്തനവും ഒപ്പം ബോണസ്സായി കുറച്ചു ടെൻഷൻ കൂടിയെത്തുമ്പോൾ 'ഇതെന്തു ലൈഫാണടേ' എന്ന് ഉള്ളിൽ ചോദിച്ചേക്കാം. സ്തനങ്ങളും അരക്കെട്ടുമൊക്കെ വികസിക്കുമ്പോൾ 'എന്റീശ്വരാ, ഇനിയെങ്ങനെ പുറത്തിറങ്ങും' എന്നു ചിന്തിച്ച് വിഷണ്ണരാകുന്നവരുണ്ട്. സ്വയംഭോഗത്തിനുള്ള താത്പര്യവും തുടർന്ന് ശരീരത്തിലെ ഓജസ്സും തേജസ്സുമെല്ലാം നഷ്ടപ്പെട്ടുവെന്ന അന്ധവിശ്വാസത്തെ തുടർന്നുള്ള നിരാശയുമെല്ലാം ഈ കാലഘട്ടത്തിന്റെ സ്വഭാവങ്ങളിൽപെടുന്നു. ഇതെല്ലാം പ്രായത്തിന്റെ കേവലം സാധാരണമായ പ്രശ്നങ്ങളാണെന്ന് മനസ്സിലാക്കുക. എല്ലാവരും ഈ കാലത്തിലൂടെ കടന്നുപോയവരാണ്.

ഇന്നത്തെ സങ്കീർണ്ണമായ അറിവുകളിലൂടെ വിഹ്വലതകൾ വർദ്ധിപ്പിക്കുവാൻ ഇന്റർനെറ്റ് പരതുമ്പോഴും ഇത് 'സെക്ഷ്വൽ റിപ്രൊഡക്ഷൻ' എന്ന സാധാരണ പ്രക്രിയയുടെ ഭാഗമാണെന്നു തിരിച്ചറിയണം. സ്വപ്നസ്ഖലനം ഉണ്ടായാലും ശബ്ദത്തിൽ ഘനം വരുമ്പോഴും താൻ

ഒരു പുരുഷനായി മാറുകയാണെന്നു മനസ്സിലാക്കണം. പ്രപഞ്ചം തന്നിലൂടെ ഒരു മഹത്തായ ലക്ഷ്യം നിർവ്വഹിക്കുവാൻ തയ്യാറാകുന്നുവെന്നു കരുതണം. പെട്ടെന്നുള്ള വണ്ണവും പൊക്കവുമൊക്കെ ക്രിയാത്മക പ്രവർത്തനത്തിനുള്ള ശരീരത്തിന്റെ സജ്ജമാകലല്ലാതെ മറ്റൊന്നുമല്ല.

പരിമിതവും ഇന്ദ്രിയാധിഷ്ഠിതവുമായ ചിന്തകൾക്കപ്പുറം, അമൂർത്തമായ വിചാരവികാരങ്ങൾ കടന്നുവരുമ്പോൾ സ്വാഗതം ചെയ്യണം. ഉള്ളിൽ സ്വാതന്ത്ര്യത്തിനുവേണ്ടിയുള്ള ഉൽക്കടമായ തിരതല്ലലുണ്ടാകുമ്പോൾ സമൂഹം നമുക്കായി ഒരുക്കിയ നിയന്ത്രണത്തിന്റെ വേലിക്കെട്ടുകൾ ഓർമ്മിക്കണം.

സമൂഹത്തിന്റെ വ്യവസ്ഥാപിതരീതികളെ വെല്ലുവിളിക്കുവാനൊരുങ്ങുമ്പോൾ നാം കൗമാരത്തിലാണെന്നു കൂടി ചിന്തിക്കണം. സ്വകാര്യതയിലേക്കു പിൻവാങ്ങുവാൻ വെമ്പൽ കൊള്ളുമ്പോഴും കുടുംബാംഗങ്ങളെ മറക്കാതിരിക്കാം.

കാമുകിയുടെ മനോഹരങ്ങളായ കൺപുരികങ്ങളെ വർണ്ണിച്ചുകൊണ്ട് കവിതയെഴുതുന്ന കൗമാരപ്രായക്കാരെ വില്യം ഷേക്സ്പിയർ (William Shakespeare) തന്റെ 'സെവൻ ഏജ്സി'ലൂടെ അനശ്വരമാക്കിയിട്ടുണ്ട്. ഓളവും തീരവും പോലെ കാമുകിയോട് താനേ ചേരുവാൻ വെമ്പൽകൊള്ളുമ്പോൾ കൗമാരമായെന്നു തിരിച്ചറിയപ്പെടുകയാണ്.

എതിർലിംഗത്തോട് എന്തെന്നില്ലാത്ത അഭിനിവേശം കടന്നുവരുമ്പോൾ, പ്രധാനപ്പെട്ട പഠനസമയം ഒഴിവാക്കികൊണ്ടു വേണ്ട ഭാവനയിൽ മുഴുകാനെന്നും തിരിച്ചറിയണം. മാതാപിതാക്കളുമായി ചെറിയൊരു 'യുദ്ധം' ആരംഭിക്കുമ്പോഴും അമ്മയ്ക്കെതിരെ കൂടുതൽ ദുർബ്ബലയെന്ന് കണ്ട് വാക്ശരങ്ങൾ പ്രയോഗിക്കുമ്പോഴും അച്ഛന്റെ മുമ്പിലെത്താതെ ഒഴിഞ്ഞുമാറുമ്പോഴും അവരും 'ഇതൊക്കെ കഴിഞ്ഞു വന്നവർ' തന്നെയെന്നു ഓർക്കുക. സമപ്രായക്കാരോടുള്ള വിധേയത്വവും ചങ്ങാത്തവും കൂടുമ്പോഴും അകലെ നമ്മുടെ ജീവിതത്തെക്കുറിച്ച് സ്വപ്നങ്ങൾ നെയ്യുന്ന അച്ഛനെയും അമ്മയെയും മറക്കാതിരിക്കുക. ഇതൊക്കെയാണെങ്കിലും നമ്മുടെ കഴിവുകൾ അതിന്റെ പാരമ്യതയിൽ എത്തിനിൽക്കുന്ന കാലമാണിതെന്നും തിരിച്ചറിയണം. ■

സമൂഹത്തിൽ

ആശയുടെ ഹൃദയം ബുള്ളറ്റ് സ്റ്റാർട്ട് ചെയ്ത പോലെ 'പടാ പടാ' യെന്നു മിടിക്കുകയാണ്. ദേഹമാസകലം പെരുത്തുകയറുന്നു.

'ഹമ്പടാ... കിളവനാണെങ്കിലും അയാളുടെ ഒരു നോട്ടം കണ്ടില്ലേ!'

അല്പം കടുപ്പിച്ചുതന്നെ അവൾ ഉള്ളിൽപ്പറഞ്ഞു.

'ഹോ! ഈ വായിൽനോക്കി ഇന്നുമിവിടെയുണ്ടോ?'

ബസ് കയറുവാൻ നിൽക്കുന്ന ചെറുപ്പക്കാരനെ നോക്കി ആശയുടെ ആത്മഗതം.

'അയ്യേ! അയാൾ എന്റെ നേരെ നോക്കിയാണല്ലോ സോഡ കുടിക്കുന്നത്! ഇവനൊന്നും അമ്മയും പെങ്ങന്മാരുമില്ലേ!'

മാടക്കടയുടെ മുമ്പിൽ നിന്ന് സോഡ കുടിക്കുന്ന ചെറുപ്പക്കാരൻ ഭാഗ്യത്തിന് അതു കേട്ടില്ല.

'ഇവന്മാരുടെ ലക്ഷണം കണ്ടിട്ട് ബസ്സിൽ കയറുമ്പോൾ എന്റെ ദേഹത്തു സ്പർശിക്കുവാൻ നിൽക്കുകയാണെന്നു തോന്നുന്നു. വരട്ടെ, ഈ ആശയുടെ അടുത്താണോ നിന്റെയൊക്കെ കളി!'

അവൾ തന്റെ പുറകിൽ നിൽക്കുന്ന പുരുഷന്മാരെ അല്പം കടുപ്പിച്ചൊന്നു നോക്കി. 'നാശങ്ങൾ! പെൺകുട്ടികൾക്കു വഴിയിലൊന്ന് ഇറങ്ങുവാൻ പോലും പറ്റാത്ത അവസ്ഥയായല്ലോ?'

ആശയുടെ ചിന്തകൾ കാടുകയറി. പാവം പെൺകുട്ടി. പിറ്റേ ദിവസമുള്ള പി.എസ്.സി പരീക്ഷയ്ക്ക് മലപ്പുറത്തേക്കുള്ള യാത്രയുടെ ആധിയിലാണ് സോഡ കുടിക്കുന്ന ചെറുപ്പക്കാരനെന്നും മറ്റൊന്നും അയാളുടെ മനസ്സിലില്ലായെന്നും അവൾക്കറിയില്ലല്ലോ! പത്തു മണിക്കു മുമ്പേ കമ്പനിയിലെത്തിയില്ലായെങ്കിൽ ഉച്ചവരെ ലീവാകുമെന്ന പരവേശത്തിൽ നിൽക്കുന്ന പുരുഷകേസരികളെയാണ് ആശ തെറ്റിദ്ധരിച്ചത്. ശക്തിയേറിയ കണ്ണട വച്ചാൽപ്പോലും എല്ലാം പഴയ 'സത്യൻ സിനിമകൾ'പ്പോലെ മാത്രം കാണുവാൻ കഴിയുന്ന അപ്പൂപ്പനെയാണ് ആശ മനസ്സിൽ സാമാന്യം 'പച്ച'യായ ചീത്ത വിളിച്ചത്.

മാസങ്ങൾ പിന്നിട്ടു. കൗൺസിലറായ വനിതാഡോക്ടർ ആശയുടെ മുഖത്തേക്കു സൂക്ഷിച്ചു നോക്കി. എന്നിട്ട് രഹസ്യം ചോദിക്കുന്ന മട്ടിൽ ഒരു വാചകം!

"മോൾ ഇന്നലെ ബ്യൂട്ടിപാർലറിൽ പോയിരുന്നു."

"ഉവ്വ്! പക്ഷേ മാഡം അതെങ്ങനെയറിഞ്ഞു?"

ഒരല്പം അദ്ഭുതത്തോടെ ആശ മറുചോദ്യമെറിഞ്ഞു.

ഡോക്ടർ മുഖത്ത് ഒരു വികൃതമായ ചിരി വരുത്തി. എന്നിട്ട് വീണ്ടും ചോദിച്ചു:

"എന്തിനാണ് ഇത്രയും തുക മുടക്കി മുഖം 'ഫേഷ്യൽ' ചെയ്തത്?"

"അതു പിന്നെ...."

ആശയൊന്നു പരുങ്ങി. 'സ്ലീവ്ലെസ്സ്' എന്ന മട്ടിലുള്ള ചുരിദാറിനെക്കുറിച്ചും പോരുകാളയെപ്പോലും ഇളക്കുന്ന അതിന്റെ കടുംചുവപ്പിനെക്കുറിച്ചും ചോദ്യങ്ങൾ വന്നു. എന്തിനാണ് മനോഹരമായി കണ്ണെഴുതിയതെന്നും കമ്മൽ ധരിച്ചത് സ്വയം കണ്ട് ആസ്വദിക്കുവാനുമാണോയെന്നും ചോദ്യമുയർന്നു.

ഉത്തരങ്ങൾക്കായി ആശ പരതി. ഇതൊന്നും തനിക്കു കാണാനല്ലായെന്ന് അവൾക്കറിയാം. താൻ മണിക്കൂറുകളെടുത്ത് അണിഞ്ഞൊരുങ്ങുന്നത് മറ്റുള്ളവരെ കാണിക്കുവാൻതന്നെയാണ്.

"അപ്പോൾ പിന്നെ അവർ നോക്കുന്നുവെന്നതിൽ ആശ എന്തിനിത്ര അലോസരപ്പെടുന്നു?"

ഡോക്ടറുടെ ചോദ്യത്തിൽ ഗൗരവം കലർന്നു. മറ്റുള്ളവരാൽ ആകർഷിക്കപ്പെടുവാനായി പരമാവധി അണിഞ്ഞൊരുങ്ങിയിട്ട്, അത് ആസ്വദിക്കുന്നവരെ ആഭാസന്മാർ എന്നു വിളിക്കുന്നതിലെ വിഡ്ഢിത്തത്തെക്കുറിച്ച് ആശയ്ക്കു ബോധ്യമായി.

തികച്ചും അനാരോഗ്യകരമായ രീതിയിൽ സമൂഹത്തെ കാണുന്ന ആശമാരും അരവിന്ദന്മാരുമൊക്കെ നമുക്കിടയിൽ ധാരാളമായുണ്ട്. ഈ വിരുദ്ധമനോഭാവം സമൂഹത്തോട് സമരസപ്പെട്ടുകൊണ്ട് മുന്നേറുവാനുള്ള നമ്മുടെ കഴിവിനെ തല്ലിക്കെടുത്തുകയാണ്. 'എല്ലാവരും എന്നെ കളിയാക്കുന്നു' എന്ന തോന്നൽ മനസ്സിൽ നിറയുന്നതോടെ ജീവിതവീക്ഷണങ്ങൾ തന്നെ മാറ്റിമറിയപ്പെടുകയാണ്.

ക്രിയാത്മകമായി എങ്ങനെയാണ് സമൂഹജീവിതം നയിക്കേണ്ടതെന്ന് കുമാരീകുമാരന്മാർ നിർബന്ധമായും അറിഞ്ഞിരിക്കേണ്ടതുണ്ട്.

നാം സമൂഹത്തിന്റെ ഭാഗമാണെന്നും സമൂഹത്തിൽനിന്നും വേറിട്ടൊരു അവസ്ഥ നമുക്കില്ലായെന്നും മനസ്സിലാക്കണം. സമൂഹത്തിന്റെ വളർച്ചയ്ക്കുവേണ്ടി തനിക്ക് ഒരുപാട് ചെയ്യുവാനുണ്ടെന്ന തിരിച്ചറിവുണ്ടാകണം.

വികലമായ നമ്മുടെ സങ്കല്പങ്ങളും കാടുകയറിയ ഭാവനകളും അനുസരിച്ചാണ് മറ്റുള്ളവർ പ്രവർത്തിക്കുന്നതെന്ന അബദ്ധചിന്ത മാറ്റിവയ്ക്കുക. നേരിയൊരു ശതമാനം ആളുകൾ ഇത്തരക്കാരാവാം. എന്നാൽ എല്ലാവരും അങ്ങനെയുള്ളവരാണെന്ന് കരുതുന്നതു വിഡ്ഢിത്തമാണ്.

ജനിച്ചുവളർന്ന സാഹചര്യങ്ങളും പത്രവാർത്തകളും നിറംപിടിപ്പിച്ച കഥകളുമായെത്തുന്ന സിനിമാ-സീരിയലുകളുമൊക്കെ ഇത്തരം നിഷേധാത്മകസമീപനം ഇളംമനസ്സുകളിൽ നിറയ്ക്കുന്നതിൽ പങ്കുവഹിക്കുന്നുണ്ട്. വിദ്യ പകർന്നു നൽകുന്ന അധ്യാപകരിൽപ്പോലും കാമക്കണ്ണുണ്ടോയെന്നു തിരയുന്നവരെ നമുക്ക് നമുക്കു കാണാനാവും.

കൗമാരക്കാർ നേരിടുന്ന വലിയ പ്രശ്നങ്ങളിലൊന്ന് മറ്റുള്ളവർ തങ്ങളെ ശ്രദ്ധിക്കുന്നുവെന്ന തോന്നലാണ്. ഒരല്പം വികലമായ മാനസികാവസ്ഥയിൽനിന്നാണ് ഈ തോന്നൽ ഉണ്ടാകുന്നത്. തിരക്കു

പിടിച്ച ആധുനികജീവിതത്തിൽ ആർക്കും ആരെയും ശ്രദ്ധിക്കുവാനുള്ള സമയം ഇല്ലെന്നതാണ് വാസ്തവം. നാം കാണുന്ന ഓരോ വ്യക്തിയും പ്രത്യേകിച്ച് പ്രായപൂർത്തിയായവരാണെങ്കിൽ, നിരവധി പ്രശ്നങ്ങളാൽ ചുറ്റപ്പെട്ട തുരുത്തുകളാണ്. അതിനിടയിൽ നമ്മെ ശ്രദ്ധിക്കുവാൻ ആർക്കാണ് സമയം!

ധീരതയോടും ആവശ്യമുള്ള സന്ദർഭങ്ങളിൽ പുഞ്ചിരിയോടും കൂടി നമുക്കു സമൂഹത്തെ നേരിടാം. എങ്കിലും അനാവശ്യ അവസരങ്ങളിലുള്ള പുഞ്ചിരി തെറ്റിദ്ധാരണകൾക്കിട വരുത്തുകയും ചിലപ്പോൾ നാം 'പുലിവാൽ' പിടിക്കേണ്ട ഗതിയിലാവുമെന്നും മനസ്സിലാക്കണം.

നമ്മുടെ സഹായം ആവശ്യമെന്നു തോന്നുന്ന ഘട്ടത്തിൽ മടി കൂടാതെ സമൂഹത്തിലേക്ക് ഇറങ്ങിച്ചെല്ലണം. കൗമാരത്തിന്റെ ചുറുചുറുക്കും സത്യസന്ധതയുമെല്ലാം സമൂഹത്തിന് ഗുണപരമായ നിരവധി കാര്യങ്ങൾക്കായി മാറ്റിത്തീർക്കാനാവും. എന്നു കരുതി നിഷ്കളങ്കരായ കൗമാരപ്രായക്കാരെ ചൂഷണം ചെയ്യുവാൻ ആരെയും അനുവദിക്കേണ്ടതില്ല.

രാജ്യം നിങ്ങൾക്ക് എന്തു ചെയ്തുവെന്നല്ല, നിങ്ങൾ രാജ്യത്തിന് എന്തു ചെയ്യുന്നുവെന്നാണ് ചിന്തിക്കേണ്ടതെന്ന അമേരിക്കൻ പ്രസിഡന്റായിരുന്ന ജോൺ എഫ്. കെന്നഡിയുടെ വാക്കുകൾ ഏറെ പ്രസക്തമാണ്. നാം കാണുന്ന നമ്മുടെ കൊച്ചുസമൂഹം ഈ രാജ്യത്തിന്റെ ചെറിയൊരു പതിപ്പാണ്. ശരിയായ മാനസികാരോഗ്യത്തോടുകൂടിത്തന്നെ നമുക്ക് സമൂഹത്തെ സമീപിക്കാം.

■

പാടുന്ന മനസ്സുകൾ

മായയ്ക്ക് എല്ലാം ഒരു മായപോലെ തന്നെയാണു തോന്നുന്നത്. രാജേഷിനോടൊപ്പം സ്റ്റേജിൽ നിന്ന നിമിഷങ്ങൾ.

ശ്രുതിമധുരമായ യുഗ്മഗാനത്തിനിടയിൽ ഉയർന്ന കയ്യടികൾ! അവസാനഘട്ടത്തിൽ ഒരു അലകടൽപോലെ ഇളകിമറിഞ്ഞ സദസ്സ്.

“രണ്ടുപേരും കലക്കി കേട്ടോ!”

സംഗീതവും സാഹിത്യവുമൊക്കെ എന്തെന്നു പോലുമറിയാത്ത കണക്കു പഠിപ്പിക്കുന്ന ഗോപാലൻമാഷ് പോലും അഭിനന്ദിച്ച അവസരം.

മായയുടെ ഇളംമനസ്സിൽ രണ്ടാഴ്ചയായിട്ടും കോൾമയിർകൊള്ളിക്കുന്ന ഇളംകാറ്റായി ആ രംഗം ഒഴുകിനടക്കുകയാണ്. ഇടയ്ക്കിടെ

അവൾ ഭാവനയിൽ രാജേഷുമൊത്ത് യുഗ്മഗാനം ആലപിക്കുന്നു. ശ്രോതാക്കളുടെ നിർത്താതെയുള്ള കരഘോഷം!

"എന്താടീ പെണ്ണേ, ഒറ്റയ്ക്കിരുന്ന് ഇളിക്കുന്നത്?"

അമ്മയുടെ വക ശകാരമാണ് പലപ്പോഴും അവളെ സ്വപ്നലോകത്തു നിന്നും യാഥാർത്ഥ്യത്തിലേക്കു തിരിച്ചുകൊണ്ടുവരുന്നത്. സ്വപ്നലോകത്തിലെ ഓളങ്ങളിൽ ഒരു പൊങ്ങുതടിയായി മായ അങ്ങനെ ഒഴുകി. അവസാനം ഹയർസെക്കണ്ടറി പരീക്ഷയുടെ റിസൾട്ട് വന്നപ്പോൾ മായയുടെ 'ചീട്ടുകൊട്ടാരം' തകർന്നു. തലസ്ഥാനത്തെ പ്രശസ്തമായൊരു മെഡിക്കൽ കോളേജിൽ രാജേഷിനു സീറ്റു ലഭിക്കുകയും ചെയ്തതോടെ, മായയുടെ യുഗ്മഗാനം 'ശോകപൂർണ്ണമായ സോളോ' ആയി മാറുകയും ചെയ്തു. പഠനത്തിൽ മാത്രം ശ്രദ്ധിച്ച പാവം രാജേഷ് ഇതൊന്നും അറിയുന്നുണ്ടായിരുന്നില്ല. അറിഞ്ഞാൽത്തന്നെ പ്ലസ്ടു പാസ്സാവാത്ത പെൺകുട്ടിക്ക് യുവ ഡോക്ടർ വരനായി എത്തില്ലല്ലോ!

സങ്കല്പവും യാഥാർത്ഥ്യവും തമ്മിൽ പൊരുത്തപ്പെടാത്ത സങ്കീർണ്ണതകളുടെ കുത്തൊഴുക്കിൽ ചുറ്റിമറിയുന്ന പൊങ്ങുതടികളാണ് മിക്കവാറും കൗമാരപ്രായക്കാർ. ഭാവന ചിറകു വിരിക്കുമ്പോൾ അവർ സ്വയം സിനിമയിലെ ചോക്ലേറ്റ് നായകനും മധുരപ്പതിനേഴുകാരിയായ നായികയുമാകുന്നു. പിന്നെ മാധുര്യമേറിയ ചിന്തകളുടെ അതിപ്രസരമാണ്. ശരിയായ കടിഞ്ഞാൺ കയ്യിലേന്തിയില്ലെങ്കിൽ മനസ്സ് ഉപയോഗശൂന്യമാകും.

ആംഗലേയ കവി ജോൺ മിൽട്ടന്റെ പ്രശസ്ത കഥാപാത്രം 'സേത്തൻ' (Satan) 'പാരഡൈസ് ലോസ്റ്റ്' എന്ന കാവ്യത്തിൽ ഇപ്രകാരം പറയുന്നു:

"ചിന്തകളേ, നിങ്ങൾ എന്നെ എങ്ങോട്ടാണ് നയിച്ചത്! ഏതു വശീകരണശക്തിയാലാണ് എന്റെ ചുമതലകൾ ഞാൻ മറന്നത്?"

നാം നമ്മോടു തന്നെ ഇടയ്ക്കിടെ ചോദിക്കേണ്ട ചോദ്യമാണിത്. ചിന്തകൾ കാടു കയറുമ്പോൾ, ചിന്തകൾ എങ്ങോട്ടാണ് നമ്മെ കൊണ്ടുപോകുന്നതെന്നു ധൈര്യപൂർവ്വം ചോദിക്കാം.

വേലിക്കെട്ടുകൾ തകർക്കുവാൻ വെമ്പൽകൊള്ളുന്ന മനസ്സിനെ വരുതിക്കുള്ളിലാക്കുവാൻ കൗമാരപ്രായക്കാർക്കായി ചില ശാന്തിമന്ത്രങ്ങളിതാ. കണ്ണുകളടച്ച് നൂറുമുതൽ ഒന്നുവരെ പുറകോട്ട് എണ്ണുക! 'എന്തൊരു ഭ്രാന്താണിഷ്ടാ! നേരെ ഒന്നു മുതൽക്ക് എണ്ണിയാൽപ്പോരേ' എന്നു പറയുവാൻ വരട്ടെ. റിവേഴ്സ് ഓർഡറിനു ശ്രദ്ധ കേന്ദ്രീകരണം ആവശ്യമാണ്. നാം ഇതുവരെയും ശീലിച്ച ഏതവസ്ഥയിൽനിന്നും

വ്യതിചലിക്കുമ്പോഴും മനസ്സ് ശ്രദ്ധ കേന്ദ്രീകരിക്കുന്നു. ബുദ്ധിപരമായ പ്രവർത്തനത്തിന് ഊന്നൽ നൽകുമ്പോൾ ഭാവനാപരമായ അവസ്ഥ സാവധാനം പത്തി മടക്കുന്നു. നമ്മുടെ മിടുക്കരായ പൂർവ്വികന്മാർ ഈ സത്യം മനസ്സിലാക്കിയതുകൊണ്ടാണ് ജപം, ധ്യാനം എന്നിവയെല്ലാം രൂപപ്പെട്ടത്.

ശാന്തമായ ഒരു നീലജലാശയം മനസ്സിൽ സങ്കല്പിക്കുക. ഓളങ്ങളേതുമില്ലാതെ നിശ്ചലമായ ആ ജലാശയം മനസ്സാണെന്നു കരുതുക. മറ്റു ചിന്തകളെല്ലാം അകലുകയും ഏകാഗ്രത വർദ്ധിക്കുകയും മനസ്സ് ശാന്തമാകുകയും ചെയ്യും. മാനസിക ബിംബങ്ങൾ രൂപകല്പന ചെയ്യപ്പെടുന്നതിൽ നിർണ്ണായകമായ സ്വാധീനം ചെലുത്തുന്ന നിരവധി ഘടകങ്ങളുണ്ട്. വർദ്ധിച്ച സാഹിത്യാഭിരുചിയും കലയോടുള്ള അദമ്യമായ അഭിവാഞ്ഛയുമുള്ളവർക്കു ഭാവന വളരെയധികം ഉണ്ടാവും. ഇത്തരം സ്വഭാവമുള്ള കൗമാരപ്രായക്കാർ സ്വയം നിയന്ത്രിക്കാൻ വളരെയധികം ശ്രദ്ധിക്കേണ്ടിയിരിക്കുന്നു. തങ്ങളുടെ സർഗ്ഗാത്മകമായ കഴിവുകളെ ജീവിതവിജയത്തിനാവശ്യമായ ഘടകങ്ങളുമായി സംയോജിപ്പിക്കുവാൻ ശ്രമിക്കുകയാണ് അവർ ചെയ്യേണ്ടത്.

യാഥാർത്ഥ്യത്തിൽനിന്നും വളരെ അകലെ നിൽക്കുന്നതാണ് ഭാവന. പലപ്പോഴും കയ്പേറിയ ജീവിതയാഥാർത്ഥ്യങ്ങളായിരിക്കും ഭാവനാലോകത്തെ സഞ്ചാരത്തിന്റെ ശേഷപത്രം. തിരിച്ചറിയുമ്പോഴേക്കും രക്ഷപ്പെടുവാനുള്ള വഴിയും അടഞ്ഞിരിക്കും.

ഭാവന ഉദാത്തമായ ലക്ഷ്യങ്ങൾക്കുവേണ്ടി ഉപയോഗിക്കുക. അയൽവക്കത്തെ പെൺകുട്ടിയെ ഭാവനയിൽ കൊണ്ടുവരുമ്പോഴും പ്രായത്തിന്റെ 'ലീലാവിലാസങ്ങൾ' മനസ്സിലിട്ട് താലോലിക്കുമ്പോഴും നാം നമ്മുടെ സമ്പുഷ്ടമായ ഭാവനയെ ദുരുപയോഗം ചെയ്യുകയാണ്. ഗുണപരമായ വിശേഷങ്ങൾക്കുവേണ്ടിയാണ് നമ്മുടെ ഭാവനയെ വിനിയോഗിക്കേണ്ടത്.

സദ്ഗുണം കൂടാതെയുള്ള സൗന്ദര്യം സൗരഭ്യമില്ലാത്ത പൂപോലെയാണെന്ന് ചിന്തകനായ സിൻബേൺ അഭിപ്രായപ്പെടുന്നു. ധാർമ്മിക മൂല്യങ്ങളടങ്ങാത്ത ഭാവന സൗരഭ്യമില്ലാത്തത് മാത്രമല്ല, അപകടം നിറഞ്ഞതുമാണ്.

■

ചങ്ങാതി നന്നായാൽ

'**ച**ങ്ങാതി നന്നായാൽ...' ബാക്കി ഭാഗം പൂരിപ്പിക്കേണ്ടതില്ല. പണമില്ലാതെ സുഹൃത്തുക്കളെ സമ്പാദിക്കുക ഒരു നേട്ടമാണെന്ന ഫ്രാൻസിസ് ബേക്കന്റെ അഭിപ്രായവും മനസ്സിലെത്താം.

അരവിന്ദ് രാഹുലിന്റെ ചെവിയിലോതിയ കാര്യം കേട്ട് അവൻ ഞെട്ടിത്തരിച്ചു.

"ങ്ങേയ്! അയ്യോ ഞാനില്ല.'

കിരണും തോമസ്സുമെല്ലാം അതേ അഭിപ്രായംതന്നെ തട്ടിവിട്ടു.

പക്ഷേ അരവിന്ദുണ്ടോ തളരുന്നു.

തന്റെ സ്വതസിദ്ധമായ ശൈലിയിൽ ആഴ്ചകൾ പരിശ്രമിച്ചു. അവസാനം രാഹുലിന്റെ മനസ്സു മാറി. പിന്നെ രണ്ടു പേരും കൂടി തങ്ങളുടെ 'ബ്രയിൻ വാഷിംഗ്' നടപ്പാക്കിയത് കിരണിന്റെ മേലാണ്. തോമസ്സ് മാത്രം ഒരു മാതിരി പിടിച്ചുനിന്നു. പ്ലസ് ടു പഠനം കഴിഞ്ഞ് സെമിനാരിയിൽ പോകണമെന്ന ആഗ്രഹമാണ് തോമസ്സിനെ രക്ഷിച്ചത്.

പിന്നെയീ സുഹൃത്തുക്കൾ പ്രത്യക്ഷപ്പെടുന്നത് പത്രമാധ്യമങ്ങളിലെ ചൂടുവാർത്തകളിലാണ്. അനാശാസ്യപ്രവർത്തനം നടത്തിവന്നിരുന്ന ഒരു വീട് പോലീസ് റെയ്ഡ് ചെയ്തപ്പോൾ ഈ കുട്ടികളുമുണ്ടായിരുന്നത്രെ!

അന്വേഷണത്വരയും സാഹസികതയും കൗമാരത്തിന്റെ മറ്റൊരു പ്രത്യേകതയാണ്. നീലച്ചിത്രങ്ങളിലൂടെയും മറ്റ് അധാർമ്മിക രീതികളിലൂടെയും മനസ്സിൽ പതിയുന്ന ചിത്രം ലൈംഗികതയെന്ന് തെറ്റിദ്ധാരണയുണ്ടാക്കുകയും ഇത് വികലമായ ഒരു പ്രലോഭനമായിത്തീരുകയും ചെയ്യും. സഹായികളായി സുഹൃത്തുക്കൾ കൂടിയുണ്ടാകുമ്പോൾ 'കുശാലായി'.

വാഹനമോഷണങ്ങളിലും സ്വർണ്ണാഭരണ മോഷണങ്ങളിലും എന്തിന് റബ്ബർഷീറ്റ് മോഷണങ്ങളിൽ വരെ കൗമാരപ്രായക്കാർ ഉൾപ്പെടുന്നതു കാണാറുണ്ട്. വെറും പണസമ്പാദനം മാത്രമല്ല അവരെ അതിലേക്കു നയിക്കുന്നത്.

ഉത്തമസുഹൃത്തുക്കൾക്ക് നിരവധി സദ്ഗുണങ്ങൾ ഉണ്ടാവും. നമ്മെ ആപത്തിലേക്കു നയിക്കാതെ സംരക്ഷിക്കുവാൻ അവർക്കാവും. നിസ്വാർത്ഥമായി അവർ നമ്മെ സ്നേഹിക്കുകയും സേവിക്കുകയും ചെയ്യും. അസൂയയോ കാപട്യമോ കൂടാതെ നമ്മുടെ പ്രയാണത്തിൽ തോളോടു തോൾ ചേർന്ന് മുന്നേറും. പരസ്പര സഹകരണത്തിലൂടെ ലക്ഷ്യനിർവ്വഹണത്തിലേയ്ക്കു മുന്നേറാനാവും. നമ്മുടെ നേട്ടങ്ങളിൽ ഉത്തമസുഹൃത്തുക്കൾ സന്തോഷിക്കുകയാണ് ചെയ്യുക. നമ്മുടെ വീഴ്ചകളിൽ അവർ താങ്ങാകുന്നു. തെറ്റുകളും പോരായ്മകളും യാതൊരു മയവുമില്ലാതെ തന്നെ ഒരു ഉത്തമചങ്ങാതി തിരുത്തുന്നു. 'കർമ്മോന്മുഖരായ ബുദ്ധിശാലികൾ' എന്ന വിശേഷണമാണ് ഉത്തമ സുഹൃത്തുക്കൾക്കു യോജിച്ചത്.

ആഴമേറിയ വ്യക്തിബന്ധം തന്നെയായിരിക്കണം സൗഹൃദത്തിന്റെ കാതൽ. പലപ്പോഴും 'ചെലവു ചെയ്യൽ' എന്ന മഹത്തായ കലാരൂപത്തിന്റെ മറവിൽ സൗഹൃദങ്ങൾ രൂപപ്പെടാറുണ്ട്. പക്ഷേ, വളരെ ശുഷ്കിച്ച, വെറും ഭൗതികമായ അവസ്ഥ മാത്രം ഉന്നംവച്ചുകൊണ്ടുള്ള ഇത്തരം 'കൂട്ടുചേരൽ' വെറും 'അസോസിയേഷൻ' മാത്രമാണ്.

കൗമാര കാലഘട്ടത്തിലെ ആൺ-പെൺ സൗഹൃദങ്ങളിലും ആത്മാർത്ഥതയും നിസ്വാർത്ഥമായ സഹകരണവും തന്നെയായിരിക്കണം കാതൽ. എന്നാൽ ഇത്തരം സൗഹൃദങ്ങൾ കൗമാരകാലഘട്ടത്തിൽ ഒരു പരിധിയിൽക്കവിഞ്ഞ് പ്രോത്സാഹിപ്പിക്കപ്പെടേണ്ടവയല്ല. എപ്പോൾ വേണമെങ്കിലും 'അതിരുകൾ' ഭേദിക്കാവുന്ന ഈ ആൺ-പെൺ ചങ്ങാത്തം ജീവിതപുരോഗതിക്കുതന്നെ കൂച്ചുവിലങ്ങിട്ടേക്കാം.

സമപ്രായക്കാരുമായുള്ള ചങ്ങാത്തം മറ്റു ചില പ്രശ്നങ്ങളും താത്ക്കാലികമായി സൃഷ്ടിക്കാറുണ്ട്. നേരിയ സ്വവർഗ്ഗാനുരാഗം വില്ലനാകുമ്പോഴും ശക്തമായ ബോധ്യത്തിലൂടെ അതിനു 'തട'യിടേണ്ടതാണ്. സൗഹൃദത്തിലൂടെ അപരനെ ചൂഷണം ചെയ്യുന്നതിനുള്ള താത്പര്യം ചെറിയ തോതിലുള്ള ഒരു മനോരോഗം തന്നെ. പ്രശസ്ത തത്ത്വചിന്തകനായ സെനക്ക (Senecca) തന്റെ ഒരു കഥാപാത്രത്തിലൂടെ അവതരിപ്പിക്കുന്ന ഒരു സനാതനസത്യമുണ്ട്. 'ഭൗതികവസ്തുക്കളാൽ നാം നേടുന്ന വിശ്വസ്തത, ഭൗതികവസ്തുക്കളാൽ തന്നെ ഇല്ലാതാകും.'

സുഖത്തിലെന്നതുപോലെ തന്നെ, സുഹൃത്തിന്റെ ദുഃഖങ്ങളിലും താങ്ങും തണലുമായി കൂടെ നിൽക്കുക. 'ലോകത്തിലെവിടെയെങ്കിലും ഒരാൾ ബന്ധനത്തിലുണ്ടെങ്കിൽ ഞാൻ സ്വതന്ത്രനല്ല' എന്ന യൂജിൻ ഡെബ്സിന്റെ വിശാലവീക്ഷണത്തിലേയ്ക്കു കടന്നുചെല്ലുവാൻ നമുക്കു സാധിച്ചുവെന്നു വരില്ല. എന്നാൽ 'ചങ്ങാതി' ദുഃഖിതനെങ്കിൽ താൻ സന്തോഷവാനല്ല എന്നെങ്കിലും ചിന്തിക്കാം.

സൗഹൃദം ഒരിക്കലും വൈരാഗ്യമായി പരിണമിക്കാതിരിക്കുവാനും ശ്രദ്ധിക്കണം. സുഹൃത്തുക്കൾ, ശത്രുക്കൾ ആയാൽ അല്പം അപകടകാരികൾ കൂടിയാണ്. നമ്മുടെ ഹൃദയരഹസ്യങ്ങളറിയാവുന്നവർ ആണവർ. 'വൈരാഗ്യം സങ്കുചിത മനസ്സുകളുടെ ദുശ്ശീലമാണ്' എന്ന ബൽസാക്കിന്റെ ഉപദേശം നമുക്കു മനസ്സിൽ സംവഹിക്കാം. ■

അധികാരികളോടുള്ള സമീപനം

"എന്നെക്കൊണ്ട് പറ്റില്ലായെന്ന് പറഞ്ഞില്ലേ!" ഡേവിഡ് ചെറിയൊരലർച്ചയോടെയാണ് അതു പറഞ്ഞത്. സിസ്റ്റർ റോസ്മേരിയുടെ 'കണ്ണുതള്ളിപ്പോയ' ആ മറുപടി തട്ടിവിട്ടത് ക്ലാസ്സിലെ സാധുവെന്നു പരക്കെ അറിയപ്പെടുന്ന ഡേവിഡ് തന്നെയാണെന്നതാണ് കൂടുതൽ അതിശയകരം!

കാര്യം നിസ്സാരമെന്നു കരുതുവാൻ വരട്ടെ. ഹയർ സെക്കണ്ടറി രണ്ടാംവർഷ മാത്തമാറ്റിക്സിലെ സെറ്റും സബ്സെറ്റുമൊക്കെയാണ് വില്ലനായത്.

സിസ്റ്റർ ബോർഡിൽ കണക്കു ചെയ്യുവാൻ ഡേവിഡിനോട് ആവ ശ്യപ്പെട്ടപ്പോൾ വിനയപൂർവ്വം അവനതു നിരസിച്ചു. ചെറിയൊരു മുൻകോപക്കാരിയായ സിസ്റ്റർക്ക് അതു പിടിച്ചില്ല. അതിനാൽ ഡേവിഡിന്റെ കോളറിൽ പിടിച്ചുകൊണ്ട് സിസ്റ്റർ അലറി.

"തന്നോടല്ലേടാ പച്ചമലയാളത്തിൽ പറഞ്ഞത്! പോയി ചെയ്യടോ!"

ഡേവിഡിന്റെ അഭിമാനത്തിനു ക്ഷതമേറ്റു. പച്ചമലയാളത്തിൽ തന്നെ ഡേവിഡിന്റെ മറുപടിയുമെത്തി.

പഞ്ചപാവമായ ഡേവിഡിന് എന്തുപറ്റിയെന്ന് കൗമാരപ്രായക്കാ രുടെ മനശ്ശാസ്ത്രമറിയാവുന്ന ആരും ചോദിക്കില്ല. കാരണം പ്രായമതാണ്.

വൈകാരികനിയന്ത്രണങ്ങൾ അതിവേഗം നഷ്ടപ്പെടുന്ന കാലമാണ് കൗമാരം. 'വേണ്ട' എന്ന് മനസ്സു മന്ത്രിച്ചാലും ശരീരം അനുസരിക്കാത്ത കാലം. അഭിമാനത്തിനേൽക്കുന്ന ഒരു ക്ഷതവും വച്ചുപൊറുക്കാനാ വില്ലായെന്നു കരുതുന്ന കാലം. എല്ലാത്തരം നിയന്ത്രണങ്ങളും അസ ഹനീയമാകുന്നതോടെ 'സ്വഭാവ സർട്ടിഫിക്കറ്റിൽ' അധികാരികളുടെ 'അസഹിഷ്ണുത' പൂവിടുന്നു.

എന്താണ് അധികാരം? സാമൂഹ്യമായ ചട്ടക്കൂടിനുള്ളിൽ നിയന്ത്രി ക്കുവാനും നിയന്ത്രിക്കപ്പെടുവാനും വ്യക്തികൾ തയ്യാറാവണം. അതാതു മേഖലകളിൽ ദൃശ്യമാകുന്ന ഈ 'അഡ്ജസ്റ്റ്മെന്റ്' തന്നെ യാണ് അധികാരം. തീർച്ചയായും ഈ ചട്ടക്കൂട് ആവശ്യമാണ്. മരുന്ന് കഴിക്കാത്തതിനു രാഷ്ട്രത്തിന്റെ പരമാധികാരിക്കു പോലും തന്റെ ഡോക്ടറിൽ നിന്നും ശാസന ലഭിച്ചുവെന്നു വരാം. ലോകത്തെ കിടു കിടാ വിറപ്പിച്ച ഭരണാധികാരിയും തന്റെ ഭിഷഗ്വരന്റെ നിർദ്ദേശങ്ങൾ അനുസരിച്ച് പ്രവർത്തിക്കേണ്ടി വന്നേക്കാം! 'അയ്യോ! ശരിയാണല്ലോ' എന്ന ചിന്ത ഇപ്പോൾ നമ്മുടെ മനസ്സിലേയ്ക്കോടിയെത്തും! നമ്മെക്കാൾ അനുഭവപരിചയവും കഴിവും മിക്കവാറും ബുദ്ധിശക്തിയും എന്തിനു പ്രായംപോലും കൂടുതലുള്ളവരാകും നമ്മുടെ അധികാരിക ളായി എത്തുന്നത്. അതിനാൽത്തന്നെ അവരോടു വിധേയത്വം പുലർത്തുന്നതിൽ ലജ്ജിക്കേണ്ടതില്ല.

ചിന്താരഹിതമായി 'എടുത്തുചാട്ടശൈലി' സ്വീകരിക്കുന്നത് കൗമാര സ്വഭാവമാണ്. ആരോട്, എന്തു പറയുന്നുവെന്നത് പറഞ്ഞുകഴിഞ്ഞ് മാത്രം ചിന്തിക്കുന്നു. 'എറിഞ്ഞ കല്ല്' തിരിച്ചുപിടിക്കാനാവാത്തതുപോ ലെ, വായിൽനിന്നും വീണതു തിരിച്ചെടുക്കുവാൻ സാധിക്കില്ല. ഫലമോ,

ഗുരുനിന്ദ ഉൾപ്പെടെയുള്ള നിരവധി പ്രശ്നങ്ങൾ അല്പം ക്ഷമിക്കാം! ക്ഷമ ആട്ടിൻസൂപ്പിനേക്കാൾ ഫലം ചെയ്യുമെന്ന് നമ്മെ പഠിപ്പിച്ച പൂർവ്വികരുടെ അനുഭവസമ്പത്ത് മുതൽക്കൂട്ടാക്കാം.

മൈക്കൽ ദ മൊൺടയ്ൻ (Michael De Montaigne) ഇപ്രകാരം എഴുതി: 'ശബ്ദകോലാഹലങ്ങൾക്കൊണ്ട് പ്രശ്നപരിഹാരം അന്വേഷിക്കുന്നവൻ യുക്തിരാഹിത്യം പ്രദർശിപ്പിക്കുന്നു.' നാം 'പൊട്ടിത്തെറിച്ച' പല സന്ദർഭങ്ങളും നമ്മെ അധഃപതിപ്പിച്ചുവെന്നത് വാസ്തവമല്ലേ! അധികാരികളുടെ ദുഷ്ചെയ്തികൾ പോലും 'പൊട്ടിത്തെറി' ഇല്ലാതെ തിരുത്താമായിരുന്നില്ലേ? കോപം വെളിപ്പെടുത്തുന്നത് നമ്മുടെ ബലഹീനതയാണ്.

അധികാരികളെ അന്ധമായി എതിർക്കുമ്പോൾ നാം വ്യവസ്ഥാപിത സമൂഹശൈലിയെയാണ് എതിർക്കുന്നത്. അതിനാൽ അധികാരത്തോടു വിധേയത്വം പുലർത്തുക. വ്യക്തി ആരുമായിക്കൊള്ളട്ടെ. അവർ വഹിക്കുന്ന സ്ഥാനമാണ് സുപ്രധാനം. അധികാരികളിൽ അനീതിയുണ്ടെന്ന് തോന്നുകയാണെങ്കിൽ നിർഭയം നിന്ദ കൂടാതെ അതു ചൂണ്ടിക്കാട്ടാം. പ്രതിവിധികൾ തേടാം. ■

വെറുതെ ഒരു സ്മോൾ!

ഭവാനിയമ്മ അയൽവക്കത്തേയ്ക്ക് ഓടുകയാണ്. ആ പ്രദേശത്ത് സ്വന്തമായി വാഹനമുള്ളത് അയൽവക്കത്തുള്ള മത്തായിച്ചേട്ടനു മാത്രമാണ്.

'-ന്റെ രവീടെ ചങ്കു കലങ്ങി പുറത്തു ചാടണേ! ഓടി വരണേ -ന്റെ മത്തായിച്ചേട്ടാ!'

കിതപ്പിനിടയിൽ ഏതാണ്ട് പാതിബോധത്തോടെ ഭവാനിയമ്മ അത്രയും പറഞ്ഞുതീർത്തു. തുടർന്ന് ദ്രവിച്ച തെങ്ങ് മറിഞ്ഞുവീഴുന്നതുപോലെ ബോധരഹിതയായി ഒരു വീഴ്ചയായിരുന്നു. മത്തായിച്ചേട്ടനും ഭാര്യ മോളിയ്ക്കും പിന്നെ അധികം ആലോചിക്കേണ്ടിവന്നില്ല. ജീപ്പിൽ ഭവാനിയമ്മയെയും വലിച്ചുകയറ്റി നേരെ അവരുടെ വീട്ടിലേയ്ക്ക്! അവിടെ അത്യാഹിതവിഭാഗത്തിനു പറ്റിയ ഒരു സ്ഥാനാർത്ഥി കൂടി ഉണ്ടല്ലോ!

ഒളിംപിക്സിന് അത്‌ലറ്റുകൾ കിതച്ചെത്തുന്നതുപോലെ ജീപ്പ് ഭവാനിയമ്മയുടെ വസതിയിലെത്തി. രവിയെന്ന കുമാരൻ അതാ സാഷ്ടാംഗപ്രണാമത്തിലാണ്. ചുറ്റും ചുവന്ന ദ്രാവകം! അവിടവിടെയായി കുറെ പാതിചവച്ച ഇറച്ചിക്കഷണങ്ങളും!

ഇക്കാര്യത്തിൽ 'എക്സ്പെർട്ട്' ആയ മത്തായിച്ചേട്ടനു കാര്യം മനസ്സിലായി. ഭവാനിയമ്മയുടെ പൊന്നോമനപുത്രൻ 'വാള് വെച്ചതാണ്.' അത് ഭവാനിയമ്മ തെറ്റിദ്ധരിച്ചതാണ്. അവരെ കുറ്റം പറയേണ്ടതില്ല. ആ സ്ത്രീ തന്റെ ഹൈറേഞ്ചിലെ കുഗ്രാമജീവിതത്തിനിടയിൽ ആകെ കണ്ടിരിക്കുന്ന രണ്ട് ലഹരിപാനീയങ്ങൾ 'സാക്ഷാൽ നാടൻ തെങ്ങും', 'നാടൻ വാറ്റുമാണ്.' അതും പത്തു വർഷങ്ങൾക്കു മുമ്പ് ഭർത്താവ് ഗോവിന്ദൻ പനയിൽ നിന്നും വീണ് നടുവൊടിഞ്ഞ് 'കിടപ്പ്' തുടങ്ങുന്നതിനു മുമ്പും. 'പച്ചവെള്ളം' പോലും ചവച്ചരച്ചു കുടിക്കുന്ന, ഒരു ഉറുമ്പിനെപ്പോലും ദ്രോഹിക്കാത്ത തന്റെ പ്രിയപുത്രൻ അരക്കുപ്പി 'ഹണിബീ' അകത്താക്കി വീട്ടിലെത്തുമെന്ന് ആ പാവം കരുതുമോ?

കള്ളിന്റെയോ, പച്ചവെള്ളം മാതിരിയുള്ള 'നാടൻ സാധന'ത്തിന്റെയോ നിറമാണ് ആഗോളതലത്തിലുള്ള സകല ലഹരിപാനീയങ്ങൾക്കുമെന്ന് പാവം കരുതി! മോൻ അകത്താക്കിയത് 'ചോരവെള്ളം' പോലെയുള്ള ലഹരിപാനീയമാണെന്നും കൂടെ അല്പം 'പന്നിഫ്രൈ' ഉണ്ടായിരുന്നു വെന്നും അതപ്പടി പുറത്തേക്കു പോന്നുവെന്നും കരുതിയിരുന്നെങ്കിൽ ആ പാവം തള്ള വണ്ടി വിളിക്കുന്നതിനു പകരം നല്ല 'ചീത്ത' വിളിക്കു മായിരുന്നു.

'എന്തിനാടാ മോനേ നീയിങ്ങനെ ചെയ്തത്?' പിറ്റേന്ന് ചിക്കൻഫാമിലെ ഇറച്ചിക്കോഴിയെപ്പോലെ ഉമ്മറത്ത് കുത്തിയിരുന്ന മകനോട് ഭവാനിയമ്മ ചോദിച്ചു.

'വെറുതെ ഒരു രസത്തിന്...'

ആദ്യമായി അകത്താക്കിയ 'സാധനം' ആയതിനാലും സ്വന്തം കീശയിൽനിന്നും നൂറു രൂപാ 'ഷെയർ' നൽകിയതിനാലും രവി അതു പരമാവധി മുതലാക്കുവാൻ ശ്രമിച്ചതാണ് അബദ്ധമായത്.

രവിയെപ്പോലെ എല്ലാം പരീക്ഷിച്ചറിയുവാൻ വെമ്പൽകൊള്ളുന്ന പ്രായമാണ് കൗമാരം. സ്കൂളിനു മുമ്പിലെ മുറുക്കാൻകടയിൽ വർണ്ണ

പായ്ക്കറ്റിൽ നിറഞ്ഞ 'ഗുഡ്ക'യെന്നും 'പാൻപരാഗ്' എന്നുമൊക്കെ അറിയപ്പെടുന്ന വസ്തു ആദ്യം വായിലിട്ടപ്പോൾ ഛർദ്ദിച്ച കുമാരനാണ് 'ഡെയ്‌ലി നാല് പാക്കറ്റ്' എന്ന അവസ്ഥയിലേയ്ക്ക് പിന്നീട് എത്തുന്നത്. അച്ഛൻ വലിച്ചു തള്ളിയ 'മുറി ബീഡി'യിൽ പരീക്ഷണാടിസ്ഥാനത്തിൽ ആരംഭിച്ചിരുന്ന പുകയിലപ്രയോഗത്തിനു കാലാന്തരത്തിൽ എത്രയോ മാറ്റങ്ങളായി. പന്ത്രണ്ടാം ക്ലാസിലെത്തിയിട്ടും 'സെറിബ്രം' എന്നു പറഞ്ഞാൽ കണ്ണുമിഴിക്കുന്ന കുമാരനു കടിച്ചാൽ പൊട്ടാത്ത പുകയില ഉത്പന്നങ്ങളുടെ പേരുകൾ സെക്കന്റുകൾക്കുള്ളിൽ ഹൃദിസ്ഥമാണ്. സ്വന്തം പേരിന്റെ സ്പെല്ലിംഗ് 'ബാലികേറാമല' ആണെങ്കിലും ജോണി വാക്കറിന്റെയും സീസറിന്റെയും ഓൾഡ് കാസിൽഡിന്റെയും 'സ്പെല്ലിംഗ്' ഈസിയായി തോന്നുന്നു.

ഇവിടെയാണ് നാം അറിഞ്ഞിരിക്കേണ്ട ജീവിതപാഠങ്ങൾ. വിലക്കപ്പെട്ട കനിക്ക് പതിന്മടങ്ങ് മാധുര്യമായിരിക്കും. 'പാടില്ല' എന്നു കേട്ടാൽ എടുത്തുചാടുന്ന അവസ്ഥയിലേയ്ക്കു നീങ്ങുന്ന സ്ഥിതി നമുക്കു ചുറ്റുമുണ്ട്.

ഇനി മദ്യത്തിനെപ്പറ്റി അല്പം ചിന്തിക്കാം. മനോഹരമായ വർണ്ണലേബലുകളിൽ നിറഞ്ഞിരിക്കുന്ന പാനീയം കാണുമ്പോൾ മദ്യപാനിയുടെ വായിൽ വെള്ളമൂറും. അവന്റെ കാലുകൾ കയറിട്ട് വലിക്കുന്നതുമാതിരി 'ബ്രാണ്ടിക്കട'യിലേയ്ക്കു തിരിയും. എന്നാൽ മദ്യപിച്ചിട്ടില്ലാത്ത ഒരുവന് അല്പം മണമടിച്ചാൽ മതി! 'ചത്തു ചീഞ്ഞ എലി' ഇതിലും എത്രയോ ഭേദമെന്ന് അവൻ മൊഴിയും! മദ്യപാനിക്ക് ഓരോ പെഗ്ഗും തേൻ പോലെയാകുമ്പോൾ, മദ്യം തൊടാത്തവന് ഇത്രയും 'ഭീകരമായ' രുചി വേറെയുണ്ടാവില്ല. എന്താണിതിനു കാരണം? മദ്യാസക്തി എന്ന അഡിക്ഷൻ തന്നെ. മദ്യം ഒരുവനെ ശരിക്കും അടിമപ്പെടുത്തുന്നു. എത്ര മിടുക്കനെയും തന്റെ കാൽക്കീഴിലിട്ട് അരയ്ക്കുവാൻ കെല്പുള്ള രാക്ഷസൻ തന്നെയാണ് മദ്യം.

ഒരു കൗമാരപ്രായക്കാരൻ അറിഞ്ഞിരിക്കേണ്ടത് എപ്രകാരം മദ്യപാനം തുടങ്ങാതിരിക്കാമെന്നാണ്. ഈശ്വരൻ നമുക്കായി കനിഞ്ഞുനൽകിയിരിക്കുന്ന 'ഓക്കാനം' നമ്മെ രക്ഷിക്കും. പക്ഷേ, ഭക്തജനങ്ങൾ വാഗമൺ കുരിശുമല കയറുന്നതുപോലെ 'ഒന്നാം സ്ഥലവും' 'രണ്ടാം സ്ഥലവും' എണ്ണി മുന്നേറുമ്പോൾ ശരീരത്തിന്റെ നൈസർഗ്ഗിക വാസനകളെ നാം നശിപ്പിക്കുകയാണ്.

മദ്യപിക്കണമോ? തീർച്ചയായും അതു വ്യക്തിപരമായ കാര്യമായും നിയമവിധേയമായും സമൂഹം കാണുന്നു. ആരാധനാലയങ്ങളും വിദ്യാലയങ്ങളുംപോലെ 'മദ്യാലയങ്ങളും' നിറയുമ്പോൾ മദ്യപിക്കുന്നത് അഭിമാനമായി വിലയിരുത്തപ്പെടുന്നുവെന്ന ഭീകരസത്യം തിരിച്ചറിയണം.

മദ്യം അകത്തു ചെല്ലുമ്പോൾ അത് രക്തം ആഗിരണം ചെയ്യുന്നു. പിന്നെയങ്ങോട്ട് ഒരു പോരാട്ടമാണ്. കേന്ദ്രനാഡീവ്യവസ്ഥ (Central Nervous System) ഇടിമിന്നലേറ്റ മൊബൈൽടവർ പോലെയാകുന്നു. ബ്രെയിനിന്റെയും സ്പൈനൽകോഡിന്റെയുമൊക്കെ 'ഗ്യാസ്' തീരുന്നതോടെ ചിരിക്കേണ്ട കുമാരൻ കരയുന്നു. ഈ അവസ്ഥ ഏറ്റവും ഭീകരമാകുന്നത് ബ്രെയിൻ സെല്ലുകൾ വികസിക്കുന്ന കൗമാര പ്രായത്തിലാണ്. 'ടീൻ ബ്രെയിൻ' സാവധാനത്തിൽ ഒരു 'ഫൂൾ ബ്രെയിൻ' ആവുന്നു. നമ്മുടെ വീക്ഷണങ്ങളെയും വികാരങ്ങളെയും സദാചാരബോധത്തെയും പഠനത്തെയുമെല്ലാം ബാധിക്കുന്ന മദ്യപാനത്തെ നിയന്ത്രിച്ചേ മതിയാവൂ.

ചെറിയ അളവിലുള്ള മദ്യം ടെൻഷൻ കുറച്ചേക്കാമെങ്കിലും മത്തു പിടിക്കുന്ന അവസ്ഥ ഒട്ടും സുഖകരമല്ല. ദേഹം വേച്ചുപോവുകയും നാവു കുഴയുകയും ചിന്താക്കുഴപ്പങ്ങൾ കടന്നുവരികയും ചെയ്യുമ്പോൾ 'അമ്മ പെങ്ങന്മാർ' പോലും തിരിച്ചറിയപ്പെടാതെ പോയേക്കാം. വളരെ വാചാലതയും സൗഹൃദമനോഭാവവും ഉള്ളവരിൽപ്പോലും ഞൊടിയിട യിൽ ആക്രമണ മനോഭാവം സംജാതമാകാം. മദ്യപാനത്തിന്റെ അനന്ത രഫലങ്ങൾ വ്യക്തികൾ, സാഹചര്യങ്ങൾ എന്നിവയെല്ലാം അനുസരിച്ച് മാറിക്കൊണ്ടിരിക്കും.

കൗമാരപ്രായക്കാർ അളവറിയാതെ 'അരക്കുപ്പിയും' 'ഒരു കുപ്പി'യു മൊക്കെ അകത്താക്കും. ഇത് ആൽക്കഹോൾ പോയിസനിങ് (Alcohol Poisoning) എന്ന മാരകമായ അവസ്ഥയ്ക്ക് കാരണമാകുകയും മരണം തന്നെ സംഭവിക്കുകയും ചെയ്യാം. അതുപോലെ പലർക്കും പല ഡോസ് മദ്യമാണ് ആവശ്യം.

ഉറക്കച്ചടവും അബോധാവസ്ഥയും ശ്വാസതടസ്സവുമൊക്കെ കൗമാര പ്രായത്തിൽ 'മദ്യസേവ' നടത്തുന്നതിന്റെ അനന്തരഫലങ്ങ ളാണ്. അതിന്റെ 'ഹാങ്ങ് ഓവർ' ദിവസങ്ങളോളം ഉണ്ടായെന്നും വരാം. 'എന്ത് സുഖം?' ഈ ആകാംക്ഷ തന്നെയാണ് പ്രധാന വില്ലൻ. പിന്നെ അല്പം പിരിമുറുക്കം കുറയ്ക്കണമെന്നും താൻ മിടുക്കനാണ് എന്നു മറ്റുള്ളവരെ ബോദ്ധ്യപ്പെടുത്തണമെന്നും തോന്നുമ്പോൾ മദ്യപാനം ശീലമാകുന്നു.

എന്തിനു മദ്യപിക്കാതിരിക്കണം? നമ്മുടെ ജീവിതം ആരംഭിച്ചതേ യുള്ളൂ. അത് ഒരു 'കരയ്ക്ക്' എത്തിക്കേണ്ടത് നമ്മുടെ ധാർമ്മികമായ ചുമതലയാണ്. ജരാനരകൾ ബാധിച്ച് എല്ലും തോലുമായ അച്ഛനമ്മ മാർ സമ്പാദിച്ച നാണയത്തുട്ടുകൾ കൊണ്ട് 'എന്റെ അപ്പന്റെ സ്വത്തല്ലേ, എന്റെ ഷെയറല്ലേ' എന്ന മട്ടിൽ നാണംകെട്ട രീതിയിൽ തട്ടിവിടാതെ ജീവിക്കണമെങ്കിൽ നാം മദ്യപിക്കാതിരിക്കണം. ■

ഞാൻ കാണിച്ചുതരാം

ഹയർ സെക്കണ്ടറി ഫൈനൽ പരീക്ഷയിൽ എല്ലാ വിഷയങ്ങൾക്കും എ.പ്ലസ് പ്രതീക്ഷിച്ചിരുന്ന ലാലുവിന് കിട്ടിയതോ കുറെ 'ബി'യും 'സി'യുമൊക്കെ! അന്ന് വൈകിട്ട് ലാലുവിന്റെ ഭവനത്തിൽ നിന്നും തൃശൂർപൂരത്തിന്റെ സാംപിൾ വെടിക്കെട്ടുയർന്നു.

'അവന്റെ അമ്മേടെ ഒരു കമ്പ്യൂട്ടറും കുന്തോം!'

അച്ഛന്റെ അലർച്ചയോടൊപ്പം മോണിട്ടർ ജനാലയിലൂടെ പുറത്തേക്കു വീണു. സി.പി.യുവിന്റെ പ്രാധാന്യത്തെപ്പറ്റി അറിവില്ലാഞ്ഞിട്ടോ, അതോ അതിന്റെ വിലയെപ്പറ്റി അറിയാവുന്നതുകൊണ്ടോ എന്തോ അയാൾ അതിൽ കൈവച്ചില്ല!

'ഇതിയാനെന്നാ വട്ടായോ!'

അമ്മയും വിട്ടുകൊടുത്തില്ല.

അത്യാഹിതം മണത്തറിഞ്ഞ നല്ലവരായ അയൽക്കൂട്ടം തങ്ങളുടെ വാതിലുകൾ അല്പം കൂടി ചേർത്തടച്ചു.

അച്ഛന്റെ അട്ടഹാസവും അമ്മയുടെ രോദനവും അടിക്കടി വർദ്ധിക്കുകയാണ്. അരമണിക്കൂർ പിന്നിട്ട ഘോരയുദ്ധം!

'ക്ർ... ക്ർ... ക്ർ... അയ്യോ ഓടിവരണേ!'

മുറ്റത്തെ മാവിൻചുവട്ടിൽ നിന്നും ഒരലർച്ച. യുദ്ധത്തിന് താത്കാലിക വെടിനിർത്തൽ പ്രഖ്യാപിച്ച് അച്ഛനും അമ്മയും മാവിൻചുവട്ടിലേയ്ക്കു പാഞ്ഞു. ആടിനെ കെട്ടിയിരുന്ന ദ്രവിച്ച കയറും കഴുത്തിലണിഞ്ഞുകൊണ്ട് നിലത്തു കിടക്കുന്ന ലാലു. കൂട്ടിന് മാവിന്റെ ഒരു ഇളംകൊമ്പുമുണ്ട്.

'എന്റെ കുട്ടാ...'

ഹൃദയം പൊട്ടി അമ്മ കരയുമ്പോൾ ലാലുവിന്റെ കരച്ചിൽ ബ്രേക്കിട്ടു.

ലാലുവിന് മരംകേറ്റം അറിവില്ലാതിരുന്നതിനാലും മാവിന് വെറും രണ്ടു വയസ് മാത്രമുണ്ടായിരുന്നതിനാലും അച്ഛൻ ദൈവത്തിനു നന്ദി പറഞ്ഞു.

തന്റെ തന്ത്രം ഫലിച്ച സന്തോഷത്തിൽ പൊടിയും തട്ടി ലാലുവും പോയി.

കൗമാരപ്രായക്കാരുടെ ആത്മഹത്യാനിരക്കിൽ കേരളം സൂപ്പർ ഫാസ്റ്റായി മുന്നേറുമ്പോൾ ചില സത്യങ്ങൾ അവഗണിക്കാനാവില്ല.

വേദനയും കഷ്ടപ്പാടുമറിയാതെ ആധുനിക സുഖസൗകര്യങ്ങളും ആവോളം ലാളനയും നുകർന്നുകൊണ്ടു വളരുന്ന കുട്ടികൾക്ക് മനക്കരുത്ത് വളരെ കുറവാണ്. പണ്ട് അധ്യാപകരിൽനിന്നും മാതാപിതാക്കന്മാരിൽ നിന്നും കിട്ടിയിരുന്ന താഡനപീഡനങ്ങൾ വളരെയധികം സഹനശക്തി നൽകുമായിരുന്നു.

തന്റെ മരണത്തിലൂടെ ജീവിച്ചിരിക്കുന്നവരോട് പ്രതികാരം ചെയ്യാമെന്ന 'വിഡ്ഢിത്തം' പലരെയും ആത്മഹത്യയിലേയ്ക്കു തള്ളിവിടുന്നുണ്ട്. ജീവൻ നാം സൃഷ്ടിച്ചതല്ലാത്തതിനാൽ, അത് നശിപ്പിക്കുവാനും നമുക്ക് അവകാശമില്ല. ആത്മഹത്യ ഒന്നിനും പരിഹാരമാകുന്നില്ല.

കാലത്തിനു മായ്ക്കാനാവാത്തതായി ഒന്നുമില്ല. എത്ര വലിയ പ്രശ്നങ്ങളും ചുരുങ്ങിയ നാളുകൾകൊണ്ട് അപ്രത്യക്ഷമാകുന്നു. അതുപോലെ ജീവിതത്തിൽ പ്രശ്നങ്ങൾ നേരിടാത്തവരായി ആരുമുണ്ടാവില്ല. അവരെല്ലാം ആത്മഹത്യയ്ക്ക് തുനിഞ്ഞിരുന്നു

വെങ്കിൽ, എന്നേ മനുഷ്യവംശം അവസാനിക്കുമായിരുന്നു. പുതിയ പ്രശ്നങ്ങൾ ഉണ്ടാകുമ്പോൾ പഴയവ താനേ കെട്ടടങ്ങിക്കൊള്ളും.

കൗമാരകാലഘട്ടത്തിലെ തീരുമാനങ്ങൾ 'പക്വത'യുള്ളവയല്ല! അതിനാൽ അതിൽ ഉറച്ചുനിൽക്കേണ്ടതുമില്ല. ആത്മഹത്യയെ ഒരിക്കലും സെൻസേഷണൽ ആയി സമീപിക്കരുത്. നമ്മുടെ ജീവിതം അവസാനിച്ചുവെന്നു കരുതി മറ്റുള്ളവർക്ക് ഒന്നും സംഭവിക്കാനില്ല.

നിരാശ, വർദ്ധിച്ചുവരുന്ന വിഷാദം, ജീവിതപ്രശ്നങ്ങളോട് പൊരുത്തപ്പെടുവാനുള്ള കഴിവില്ലായ്മ, അമിതമായ വാശി, പ്രതികാരമനോഭാവം, ആശങ്കകൾ, പ്രേമനൈരാശ്യങ്ങൾ, ശരിയായ ജീവിത വീക്ഷണമില്ലായ്മ എന്നിവയെല്ലാം ആത്മഹത്യയിലേയ്ക്കു നയിക്കുന്ന ഘടകങ്ങളാണ്. ടെൻഷൻ കുത്തി നിറയ്ക്കുന്ന ആധുനിക വിദ്യാഭ്യാസശൈലിയും കുറ്റക്കാരൻ തന്നെ.

ആത്മഹത്യയിലേയ്ക്കു പതുക്കെ നീങ്ങുന്നവരെ തിരിച്ചറിയാം. പെട്ടെന്നുള്ള മാനസികവിക്ഷോഭം കൊണ്ടല്ലാതെ ഇത്തരത്തിൽ ആത്മഹത്യ ചെയ്യുന്നവരുടെ സ്വഭാവത്തിൽ പ്രകടമായ വ്യത്യാസം കാണാനാവും. മൂകരും നിരാശയുള്ളവരുമായി കാണപ്പെടുന്ന ഇത്തരക്കാരെ തിരിച്ചറിയുവാൻ അധ്യാപകർക്കു പെട്ടെന്നു കഴിയും. ശരിയായ കൗൺസിലിംഗിലൂടെ ഇവരുടെ പ്രശ്നം മാറ്റിയെടുക്കുവാൻ സാധിക്കും. ആത്മഹത്യാപ്രവണതയുള്ളവരെ തിരിച്ചറിഞ്ഞാൽ പോസിറ്റീവ് സജഷൻസ് വഴി അന്തര സാധാരണ അവസ്ഥയിലേക്കു തിരിച്ചുകൊണ്ടുവരുവാൻ കഴിയും.

ജീവിതപ്രശ്നങ്ങളെ ചങ്കൂറ്റത്തോടെ നേരിടുവാനുള്ള ശക്തി നമുക്കു വളർത്തിയെടുക്കണം. അനുഭവങ്ങളിൽ നിന്നും പാഠം പഠിക്കാത്തവൻ അജ്ഞനാണ് എന്ന് ചിന്തകനായ വെയ്ലാൻഡ് (Weiland) നമ്മെ പഠിപ്പിക്കുന്നു. ദുരനുഭവങ്ങൾ നമുക്കു ലഭിക്കുന്ന ശക്തിയേറിയ പാഠങ്ങൾ തന്നെയാണ്.

'എണ്ണിയെണ്ണിക്കുറയുന്നതായുസ്സും
മണ്ടിമണ്ടിക്കരേറുന്നു മോഹവും'

എന്ന പൂന്താനത്തിന്റെ വരികൾ ഓർമ്മിക്കുക.

എല്ലാ ദുഃഖത്തിന്റെയും മൂലകാരണം ആഗ്രഹമാണെന്ന ശ്രീബുദ്ധ വചനവും ഇടയ്ക്കിടെ ഓർത്തു നോക്കാം. ■

കമ്മ്യൂണിക്കേഷൻ ഗ്യാപ്

പൂർണമായും വ്യക്തമായും ഒരു സന്ദേശം അപരനിലേയ്ക്കെത്തിക്കുവാൻ സാധിക്കാത്ത അവസ്ഥയാണ് കമ്മ്യൂണിക്കേഷൻ ഗ്യാപ്.

'ദേ, രണ്ടുപേർക്കും ഭക്ഷണം എടുത്തു!'

അടുക്കളയിൽ നിന്നും അമ്മയുടെ പച്ചക്കൊടി. അപ്സ്റ്റെയർസിൽ നിന്നും വിനീത് ഇറങ്ങി വന്നപ്പോൾ അച്ഛൻ കൈകഴുകുകയാണ്.

'എനിക്കൊരു മൊബൈൽ...'

ഭക്ഷണത്തിലേയ്ക്കു നോക്കിക്കൊണ്ട് വിനീത് മൊഴിഞ്ഞു.

'ഇപ്പോഴത്തേതോ?'

'അതിന് '3 ജി ഫസിലിറ്റി' ഇല്ല.'

'എന്നുവച്ചാൽ...'

അവാർഡ് ചിത്രങ്ങളിലേതുപോലെയുള്ള സംഭാഷണം! ഗാഢമായ ആലോചന! ഭക്ഷണം മാത്രം അനുസ്യൂതം അകത്തേയ്ക്ക്.

വ്യക്തികൾ തുരുത്തുകളായി മാറുന്ന ദയനീയ കാഴ്ചകളാണ് മിക്ക കുടുംബങ്ങളിലും നമുക്കു കാണുവാൻ സാധിക്കുന്നത്. തമാശകളും എന്തിന് സംസാരം തന്നെയും പടി കടന്നിരിക്കുന്നു.

കുടുംബാന്തരീക്ഷത്തിൽ കാണുന്ന ഈ അകൽച്ച കൗമാരപ്രായ ക്കാരിൽ ശക്തമായ മാനസികവിക്ഷോഭങ്ങൾക്കു വഴിയൊരുക്കും. സ്വന്തം വീട്ടിൽ നിന്നും സ്നേഹം ലഭിക്കാതെ വരുന്നവർ അതന്വേ ഷിച്ചു പരക്കം പായുന്നു. അവസാനം സെക്സ് റാക്കറ്റുകളിലും ചതിക്കുഴികളിലും വീഴുമ്പോഴായിരിക്കും കണ്ണു തുറക്കപ്പെടുന്നത്.

സംസാരത്തിലെ പിശുക്കും അവ്യക്തതയും കുടുംബബന്ധങ്ങൾ ശിഥിലമാകുവാൻ വളരെയധികം കാരണമാകുന്നുണ്ട്. മനസ്സിലുള്ളത് തുറന്നു പറയുവാൻ വെമ്പൽകൊള്ളുന്ന കൗമാരപ്രായക്കാർക്കിടയിൽ പടുകൂറ്റൻ മതിലുകൾ തീർക്കുകയാണ് പലപ്പോഴും മുതിർന്നവർ ചെയ്യുന്നത്.

ന്യൂനത നിറഞ്ഞ ആശയവിനിമയം (Improper Communication) പലപ്പോഴും സ്നേഹക്കുറവുകൊണ്ടല്ല സംഭവിക്കുന്നത്. വ്യക്തമായ മനഃശാസ്ത്ര വീക്ഷണമില്ലാതെ, 'കാര്യങ്ങൾ പണ്ടുമുതലേ ഇങ്ങിനെ യൊക്കെയാണ്' എന്ന മട്ടിൽ മുമ്പോട്ടു നീങ്ങുമ്പോഴാണ് ബന്ധങ്ങ

ളിലെ അകൽച്ച കൂടുന്നത്. സ്കൂളിലെ സന്തോഷങ്ങളും ദുഃഖങ്ങളും അച്ഛനമ്മമാരോടു പങ്കുവയ്ക്കുവാൻ കുട്ടികൾ തയ്യാറാവണം. പരസ്പരം ആശയങ്ങൾ പങ്കുവയ്ക്കുമ്പോൾ മനസ്സിനകത്ത് ഉയരുന്ന കറുത്ത മതിൽക്കെട്ട് ഇടിഞ്ഞുവീഴുന്നു.

അവ്യക്തങ്ങളായ ആശയങ്ങളാണ് മനുഷ്യസമുദായത്തിന്റെ തെറ്റുകളുടെ ഉറവിടം എന്ന് പ്രശസ്ത തത്ത്വചിന്തകനായ റൂസ്സോ (Roussaeu) നമ്മെ പഠിപ്പിക്കുന്നു. വ്യക്തമായ ആശയങ്ങൾ കൈവരണമെങ്കിൽ വ്യക്തമായി പറയണം. അതിനു മനസ്സിന്റെ 'തുറവി' ആവശ്യമാണ്.

വിദ്യാർത്ഥിയുടെ ലബോറട്ടറിയും വർക്ക്ഷോപ്പുമാണ് സംഭാഷണം എന്ന് വാൾഡോ എമേഴ്സന്റെ (Waldo Emerson) അഭിപ്രായവും നമ്മുടെ കണ്ണും കാതും തുറപ്പിക്കുന്നു. മുതിർന്നവരുടെ അഭിപ്രായങ്ങളിൽനിന്നും അനുഭവങ്ങളിൽനിന്നും നമുക്കു ധാരാളം പഠിക്കുവാനുണ്ട്. അനുഭവങ്ങളുടെ വലിയ ആൾരൂപങ്ങളാണ് നമ്മുടെ മുത്തച്ഛനും മുത്തശ്ശിയുമെല്ലാം!

ആശയവിനിമയം സ്നേഹത്തെ ശക്തിപ്പെടുത്തുന്നു. ആത്മബന്ധങ്ങൾ ഉണ്ടാകാൻ അത് വഴി തെളിക്കുന്നു. ഊഷ്മളമായ ഹൃദയബന്ധങ്ങൾ കുടുംബത്തിലുണ്ടായാൽ, അതിന്റെ അലയൊലികൾ സമൂഹത്തിലും ദൃശ്യമാകും.

നല്ല ഭക്ഷണവും വീടും വസ്ത്രവുമൊക്കെ ഉപരിപ്ലവങ്ങളായ അടിസ്ഥാനാവശ്യങ്ങളാണ്. അതിനുമപ്പുറം തുറന്ന ഹൃദയങ്ങളാണ് ജീവിതം അർത്ഥപൂർണ്ണമാക്കുന്നത്. ആശയവിനിമയത്തിലൂടെ യഥാർത്ഥത്തിൽ മനസ്സാണ് തുറക്കപ്പെടുന്നത്.

■

സ്കൂളിലെ പ്രശ്നങ്ങളും പരിഹാരമാർഗ്ഗങ്ങളും!

'ഐ ക്യേന്റ് ടൊലറെയ്റ്റിറ്റ്!'

പ്രശാന്തിന്റെ ഒട്ടും ശാന്തമല്ലാത്ത മുഖത്തു നോക്കി ശോഭനടീച്ചർ അട്ടഹസിക്കുകയാണ്. ഫിസിക്സിലൂടെ ലോകഗോളം തിരിയുന്നുവെന്ന് കരുതുന്ന ടീച്ചർക്കു വെല്ലുവിളിയുയർത്തിയാണ് ഒന്നാംവർഷ വിദ്യാർത്ഥികൾ ക്ലാസിൽ ഇരിക്കുന്നത്.

ഇന്നലെ നൽകിയ പതിന്നാലു ഡെഫനിഷനുകളിൽ ഒന്നുപോലും അവതരിപ്പിക്കാതെ വായും പൊളിച്ചു നിൽക്കുന്ന പ്രശാന്ത്! താൻ അപമാനിക്കപ്പെട്ടുവെന്ന തോന്നലിൽ ഉറഞ്ഞുതുള്ളുന്ന ശോഭന ടീച്ചർ!

ശോഭനടീച്ചറിനെക്കാൾ ഒരു പടി കൂടി മെച്ചപ്പെട്ട ആക്രോശവുമായി അടുത്ത പിരിയഡെത്തുന്ന മാത്തമാറ്റിഷ്യൻ മധുസർ! ഇതിനിടയിൽ ടോയ്‌ലറ്റിൽപ്പോലും പോകുവാനാവാതെ നട്ടം തിരിയുന്ന വിദ്യാർത്ഥികൾ! കൊടും ചൂടിൽ ക്ലാസിലാകെ നിറയുന്ന വിയർപ്പുമണം! യാതൊരു ഏകോപനവുമില്ലാതെ ടെസ്റ്റ് പേപ്പറുകളും ഇംപോസിഷനുമൊക്കെ ഇടയ്ക്കിടെ നൽകുന്ന അധ്യാപകർ!

അനസ്തീഷ്യയെപ്പോലും വെല്ലുവിളിക്കുന്ന ദുർഗന്ധം പരത്തുന്ന ടോയ്‌ലറ്റുകൾ! ശുദ്ധജലം കണികാണുവാനില്ലാത്ത സ്കൂൾ പരിസരങ്ങൾ! 'യൂണിഫോം അലക്കുവാനുള്ളതല്ലാ'യെന്ന മുദ്രാവാക്യത്തിൽ മുറുകെപ്പിടിക്കുന്ന കുറെ സ്നേഹിതർ! അതിരാവിലെ വീട്ടിൽ നിന്ന് ഇറങ്ങേണ്ടി വരുന്നതിനാൽ ഉച്ചഭക്ഷണം കരുതാത്തവർ! ബ്രേക്ഫാസ്റ്റ് റെഡിയാവാത്തതിനാൽ മുമ്പ് കരുതിയ 'മിക്ചർ' മാത്രം കഴിച്ച് സ്കൂളിലെത്തുന്നവർ! അസംബ്ലിയിൽ തല കറങ്ങി വീഴുന്നവർ! സ്ത്രൈണസംബന്ധമായ പ്രശ്നങ്ങൾ മൂടിവയ്ക്കുവാൻ വെമ്പൽ കൊള്ളുന്ന പെൺകുട്ടികൾ! ആർത്തവകാലത്ത് 'പാഡുകൾ' മാറ്റാതെയും വെള്ളം കുടിക്കാതെയും അണുബാധയുമായി നടക്കുന്ന വിളറിയ മുഖങ്ങൾ!

യാത്രയ്ക്കിടയിൽ ദേഹത്ത് ലഭിക്കുന്ന കടന്നാക്രമണം മുതൽ കവലയിലെ വളിച്ച ഡയലോഗുകൾ വരെ പേറേണ്ട പെൺകുട്ടികൾ!

കൗമാരപ്രായക്കാരെ ശ്രവിക്കുവാൻ മനസ്സു തുറന്നാൽ ലഭിക്കുന്ന പരാതികളുടെ പട്ടിക നമ്മെ ഞെട്ടിക്കും. പ്രതിവിധികളെക്കുറിച്ചാണ് നമുക്കു ചിന്തിക്കുവാനുള്ളത്! സ്വന്തം പ്രവൃത്തിയിൽ നൂറുശതമാനവും ആത്മാർത്ഥത നിറയ്ക്കുവാൻ പരിശ്രമിക്കാം. നമ്മുടെ പ്രശ്നങ്ങൾ നിർഭയമായി അധികാരികളോടു തുറന്നു പറയാം. പഠനത്തെ ബാധിക്കുന്ന കാര്യങ്ങൾ എത്രതന്നെ ലഘുവാണെങ്കിലും ഗൗരവമായിത്തന്നെ കൈകാര്യം ചെയ്യപ്പെടണം.

ശുചിത്വബോധം കൗമാരപ്രായക്കാർക്കിടയിൽ നിർബന്ധമായും വളർത്തിയെടുക്കേണ്ട ഒരു സദ്ഗുണമാണ് ദുർഗന്ധവും മനംമടുപ്പിക്കുന്ന അന്തരീക്ഷവുമൊക്കെ ക്ലാസിൽ നിന്നും അകറ്റിനിർത്തുവാൻ ഓരോ വിദ്യാർത്ഥിയും ശ്രദ്ധിച്ചേ മതിയാകൂ. ഈ പ്രശ്നങ്ങളെല്ലാം ക്ലാസ് ടീച്ചറുമായി ചർച്ച ചെയ്യാം. ഒരുമിച്ച് പരിഹാരത്തിനുള്ള വഴികൾ ആരായാം. 'വർക്ക്ലോഡ്' കൂടുതലാണെങ്കിൽ തീർച്ചയായും വിഷയം അവതരിപ്പിക്കപ്പെടണം. ടോയ്ലറ്റുകളെ സംബന്ധിച്ചും മറ്റുമുള്ള വിഷയങ്ങളിൽ യാതൊരു അഡ്ജസ്റ്റുമെന്റുകൾക്കും മുതിരരുത്. ആവശ്യത്തിനു ശുദ്ധജലവും ഭക്ഷണവും പഠനത്തിന് മാത്രമല്ല, ജീവിതത്തിനുതന്നെ അത്യന്താപേക്ഷിതമാണ്.

കവലകളിൽ നിന്നും ലഭിക്കുന്ന ചെറിയ 'കമന്റുകൾ' ഞരമ്പുരോഗികളിൽ നിന്നാണെന്നു കരുതി തള്ളിക്കളയുക. എന്നാൽ അതിരുവിട്ട നടപടികൾക്കു രേഖാമൂലം പരാതിപ്പെടാം. അധ്യാപകരെപ്പോലെ തന്നെ, ഒരുപക്ഷേ അതിൽ കൂടുതലായി, വിദ്യാർത്ഥികൾ സ്കൂളിന്റെ ഭാഗമായി കരുതണം. സ്വന്തം വീടായി വിദ്യാലയത്തെ കരുതണം.

മൂത്രപ്പുരകളിൽ തന്റെയും താൻ ആരാധിക്കുന്ന സുന്ദരിയായ പെൺകുട്ടിയുടെയും പേരുകൾ കലാപരമായി ആലേഖനം ചെയ്ത് ആത്മനിർവൃതിയടയുന്നതും ഒരുതരം മനോരോഗം തന്നെ. വൃത്തിയേറിയ ചുവരുകളും ഫർണിച്ചറും വിദ്യാർത്ഥികളുടെ സംസ്കാരം വിളിച്ചറിയിക്കുന്നു. സ്കൂൾതലത്തിൽ അനുഭവിക്കുന്ന എല്ലാ പ്രശ്നങ്ങളും അപ്പാടെ പരിഹരിക്കുവാൻ സാധിച്ചെന്നു വരില്ല. നിരവധി പ്രശ്നങ്ങൾ നിറഞ്ഞ ജീവിതത്തിന്റെ ചെറിയ പകർപ്പുതന്നെയാണ് വിദ്യാലയജീവിതം എന്നോർക്കുക. ■

ഒന്നേയുള്ളൂവെങ്കിൽ ഉലക്കകൊണ്ട്

ഒറ്റക്കുട്ടികളുടെ എണ്ണം കൂടിവരികയാണ്. പങ്കുവയ്ക്കുവാനാരുമില്ലാതെ, വീട്ടിലെ കിരീടം വയ്ക്കാത്ത രാജാവായി വിലസുമ്പോൾ മാനസിക പക്വത എന്നത് പലരിലും വളരെ കുറവായിരിക്കും.

ഉണ്ണിക്കുട്ടൻ ഹയർ സെക്കണ്ടറി തലത്തിലെത്തിയിട്ടും എല്ലാവരുടെയും ഓമനയാണ്. അവൻ ഒന്നു തുമ്മിയാൽ മതി അമ്മയുടെ ഹൃദയം തകരും.

പെട്ടെന്നാണ് ഉണ്ണിക്കുട്ടന്റെ അച്ഛനെ മരണം തട്ടിയെടുത്തത്. പ്ലാസ്റ്റിക് ഉത്പന്നങ്ങളുടെ നിർമ്മാണ യൂണിറ്റ് സ്വന്തമായുണ്ടായിരുന്ന അദ്ദേഹത്തിന്റെ നിര്യാണം ഫാക്ടറിയുടെ സുഗമമായ നടത്തിപ്പിനും പ്രശ്നമായി. അമ്മ ഫാക്ടറിയുടെ ചുമതല ഏറ്റെടുത്തു.

'അമ്മ വച്ചാലേ ഞാൻ കഴിക്കൂ!'

ഉണ്ണിക്കുട്ടന്റെ പ്രഖ്യാപനം! വേലക്കാരിയായി ഒരു പെൺകുട്ടിയെ കണ്ടെത്തിയപ്പോൾതന്നെ അവൻ തന്റെ നയം വ്യക്തമാക്കി.

'അമ്മ കൂടെയിരിക്കണം!'

ഇത്രയും കാലം കൂടെയിരുന്ന് പഠിപ്പിച്ചതിന്റെ പരിണതഫലം.

ഒറ്റക്കുട്ടികൾ വളരുന്നതും ഗൗരവമേറിയ പ്രവൃത്തികളിലേർപ്പെടുന്നതുമൊന്നും മാതാപിതാക്കന്മാർക്ക് മനസ്സിലാകുകയില്ല. ഉണ്ണിക്കുട്ടന്റെ കാര്യവും ഇപ്രകാരം തന്നെ. തന്റെ വളർച്ചയെക്കുറിച്ചും സ്വന്തം കാര്യം നോക്കേണ്ടതിനെപ്പറ്റിയുമൊന്നും ചിന്തകൾ അവന്റെ 'കൊച്ചു തല'യിലേയ്ക്കു പ്രവേശിക്കുന്നില്ല. ആവശ്യത്തിലേറെ 'പിടിവാശി', 'താൻ കുഞ്ഞല്ലേ!' എന്ന ചിന്ത എന്നിവയെല്ലാം തിരിച്ചടിക്കുന്നു. ഫലമോ? സ്വന്തം വീട്ടിലെ കുഞ്ഞോമന നാട്ടുകാരുടെ മുൻപിൽ വെറും 'അമൂൽ ബേബി'യായി മാറുന്നു.

അച്ഛന്റെയും അമ്മയുടെ വൈകാരിക വായ്പുകളിൽ നിന്നും അല്പം അകന്നുനിൽക്കുവാൻ ഒറ്റക്കുട്ടികൾ ശ്രമിക്കണം. ജീവിതം

കയ്പും മധുരവും നിറഞ്ഞതാണ്. അതുകൊണ്ടുതന്നെ സമൂഹത്തിൽ ഒട്ടനവധി വിട്ടുവീഴ്ചകൾ വേണ്ടിവരും. വിജയത്തിൽ അമിതമായ സന്തോഷവും പരാജയത്തിൽ പരിധിയിൽ കവിഞ്ഞ ദുഃഖവും ആവശ്യമില്ല.

അച്ഛന്റെയും അമ്മയുടെയും തണൽ എല്ലാക്കാലവും ഉണ്ടാവുകയില്ല. ജീവിതത്തിന്റെ പ്രധാന സന്ദർഭങ്ങളിലെല്ലാം ഒരുവൻ തനിച്ചായിരിക്കുമെന്ന യാഥാർത്ഥ്യം ഓർമ്മ വേണം.

'അടയ്ക്ക മടിയിൽ വയ്ക്കാം! അടയ്ക്കാമരമായാലോ?' വടക്കേ മലബാറുകാർക്കിടയിൽ ഏറെ പ്രസിദ്ധമായ ഒരു ചൊല്ലാണിത്. ഒറ്റക്കുട്ടിയെ കൈകാര്യം ചെയ്യേണ്ടത് വളരെ ശാസ്ത്രീയവും മനഃശാസ്ത്രപരവുമായ രീതിയിൽ ആയിരിക്കണം.

ഒറ്റക്കുട്ടികളിൽത്തന്നെ ബയോളജിക്കൽ, അഡോപ്റ്റഡ് എന്നിങ്ങനെ രണ്ടു രീതിയിൽ പരിഗണിക്കപ്പെടാവുന്നവർ ഉണ്ട്. ഇതിൽ ദത്തെടുക്കപ്പെടുന്ന കുട്ടികളിൽ വളരെ സങ്കീർണ്ണമായ മാനസികാവസ്ഥ ഉണ്ടായെന്നു വരാം. തന്റെ അച്ഛനും അമ്മയും മറ്റെവിടെയോ ആണെന്നും അവർക്കു തന്റേതല്ലാത്ത കാരണത്താൽ തന്നെ വേണ്ടാതായെന്നും ചിന്തിക്കുമ്പോൾ അവരുടെ മനസ്സിൽ വൈരാഗ്യം നിറയാം. അത് തന്റെ വളർത്തച്ഛനോടും അമ്മയോടുമുള്ള പുച്ഛമായും മറ്റ് പ്രതിലോമഘടകങ്ങളായും പ്രതിഫലിക്കാം. ഒറ്റക്കുട്ടികൾക്കും ദത്തുപുത്രർക്കും നിർബന്ധമായും കൗൺസിലിംഗ് നടപ്പാക്കുന്ന പരിഷ്കൃതരാജ്യങ്ങൾ ഉണ്ട്. ഇന്ത്യയിലും ആ രീതികൾ പിന്തുടരാവുന്നതാണ്.

എന്തുകൊണ്ടാണ് ഒറ്റക്കുട്ടികൾ മാത്രമുള്ള കുടുംബങ്ങളുടെ എണ്ണം വർദ്ധിക്കുന്നത്? വർദ്ധിച്ചുവരുന്ന ജീവിതച്ചെലവ് എന്ന് ഒഴുക്കൻമട്ടിൽ പറയുമ്പോഴും അതിനേക്കാൾ സങ്കീർണ്ണങ്ങളായ നിരവധി ഘടകങ്ങൾ ഉണ്ട് എന്നതാണ് ശരി. 'ഒറ്റക്കുട്ടി' കൊണ്ടുവരുന്ന സാമ്പത്തിക സുരക്ഷിതത്വം, കുറഞ്ഞ റിസ്ക്, ഭാവിയിലെ 'പാർട്ടീഷൻ' ഒഴിവാകൽ, വിവാഹം പോലുള്ള കാര്യങ്ങളുടെ സുഗമമായ നടപ്പാക്കപ്പെടൽ, സിസേറിയൻ പോലെയുള്ള ആധുനികമാർഗ്ഗങ്ങളോടുള്ള ഭയം, പ്രമേഹം, രക്താതിസമ്മർദ്ദം തുടങ്ങി ഒട്ടനവധി രോഗങ്ങളുടെ കടന്നുവരവ് എന്നിവയെല്ലാം ഒറ്റക്കുട്ടിയിൽ നിലനിൽക്കുവാനുള്ള പ്രവണത വർദ്ധിപ്പിക്കുന്നു. ഇത്തരം സിംഗിൾ ചൈൽഡ് പോളിസിയിൽ വളർത്തപ്പെടുന്ന കുട്ടികൾ തങ്ങളുടെ അവസ്ഥ കൃത്യമായി മനസ്സിലാക്കേണ്ടതുണ്ട്. അപ്പോൾ ഭാവിയിൽ കാര്യങ്ങൾ സുഗമമാകും.

'ഒറ്റക്കുട്ടി' പോളിസി സാമ്പത്തിക സുരക്ഷിതത്വം കൊണ്ടുവരുമെന്ന് കരുതപ്പെടുന്നുണ്ടെങ്കിലും ലോകത്ത് കുറഞ്ഞുവരുന്ന 'മനുഷ്യശക്തി' വലിയ പ്രശ്നങ്ങൾക്കു കാരണമായേക്കാം. ജീവിതം സുഖകരമാകുമ്പോൾ അദ്ധ്വാനിക്കുവാൻ ആവശ്യമായ ആളുകളുടെ അഭാവം

സൃഷ്ടിക്കപ്പെടാം. ആദ്യം വൃദ്ധരുടെ എണ്ണം വർദ്ധിക്കുകയും പിന്നീട് ലോകജനസംഖ്യതന്നെ പിന്നാക്കം തള്ളപ്പെടുകയും ചെയ്യും. ഇതോടെ പ്രശ്നങ്ങൾ സങ്കീർണ്ണമാകും.

'ഏകസന്താനം' തന്റെ പ്രിയപ്പെട്ടവരെ ചൂഷണം ചെയ്യുന്നവനാകരുത്. ഒരുപക്ഷേ മാതാപിതാക്കൾക്ക് തന്നോടുള്ള സ്നേഹത്തിന്റെ അതിപ്രസരം ആയിരിക്കാം, അവർക്ക് പിന്നീട് കുട്ടികൾ വേണ്ടായെന്നു ചിന്തിക്കുവാനുള്ള പ്രേരകം. ആ നല്ല മനസ്സുകൾക്കു നന്ദി പറയണം. തനിക്കു മറ്റൊരാളെ കൂടി തന്നില്ലായെന്ന പ്രതികാരമനോഭാവമായി അത് വളരുവാൻ അനുവദിക്കരുത്.

ജനനനിയന്ത്രണത്തോടൊപ്പം തന്നെ ശാരീരികപ്രശ്നങ്ങൾ കൊണ്ടും മറ്റൊരു പ്രസവം സാധ്യമല്ലാത്ത അവസ്ഥയുണ്ടാകാം. ഇവയെപ്പറ്റിയൊന്നും 'ചികഞ്ഞ്' മാതാപിതാക്കന്മാരെ വ്യസനിപ്പിക്കേണ്ടതില്ല.

വ്യക്തിപരമായ താത്പര്യത്തെക്കാളുപരി സാഹചര്യങ്ങളുടെ സമ്മർദ്ദം ആയിരിക്കാം നിങ്ങളുടെ മാതാപിതാക്കന്മാരെ ഇപ്രകാരമൊരു തീരുമാനത്തിനു പ്രേരിപ്പിച്ചത്. സാമ്പത്തിക, വൈകാരിക പ്രശ്നങ്ങളും ആരോഗ്യ പ്രശ്നങ്ങളുമൊക്കെ കാരണമായേക്കാം. വൈകിയുള്ള വിവാഹം, വാർദ്ധക്യം എന്നിവയും ഉണ്ടാകാം.

ഇനി മറ്റൊരു വശം കൂടി ചിന്തിക്കാം. ഉയർന്ന പക്വതയും മാനസികശേഷിയും നിസ്വാർത്ഥമായ ചിന്തകളുമുള്ള റോൾമോഡൽ കുട്ടികൾ 'ഒറ്റയാൻ'മാരായവരിലുണ്ട്. ലാളിച്ച് വഷളാക്കാത്ത ഇത്തരക്കാർക്ക് അദ്ഭുതങ്ങൾ തന്നെ സൃഷ്ടിക്കുവാൻ കഴിയും. വികസനത്തിനും മുന്നേറ്റത്തിനും ഏകസന്താനങ്ങൾക്ക് അനിതര സാധാരണമായ കഴിവു തന്നെയുണ്ട്. ഏകാന്തതയുടെ കുത്തൊഴുക്കിൽ മാനസികതാളം തെറ്റുന്നവർക്ക്, ഒന്നല്ല പതിനഞ്ച് സഹോദരങ്ങളുണ്ടെങ്കിലും പ്രയോജനമുണ്ടാകണമെന്നുമില്ലായെന്നും ഒറ്റക്കുട്ടി മറ്റുള്ളവരെപ്പോലെതന്നെയെന്നതിന് ആയിരക്കണക്കിന് ഉദാഹരണങ്ങളുണ്ടെന്നും 'പേരന്റിംഗ് ആൻ ഒൺലി ചൈൽഡ്' (Parenting an only child) എന്ന ഗ്രന്ഥത്തിൽ മനശ്ശാസ്ത്രജ്ഞയായ സൂസൻ ന്യൂമാൻ (Susan Newman) ചൂണ്ടിക്കാണിക്കുന്നു.

ഒറ്റക്കുട്ടികൾ 'സോഷ്യൽ' അല്ലായെന്ന ചിന്തയും ഒഴിവാക്കാം. മനോഭാവമാണ് പ്രധാനം. 'ലിറ്റിൽ എംപറർ സിൻഡ്രോം' (Little Emperor Syndrome) എന്നൊക്കെ പേരിട്ട് മാറ്റിനിർത്തുമ്പോൾ ഓർമ്മിക്കുക, ഒറ്റക്കുട്ടിക്ക് ജീവിതവിജയത്തിനാവശ്യമായ വലിയൊരു പാത മുമ്പിലുണ്ട്. അതിനാൽ 'ഒറ്റയാൾ' ആയതിൽ പരിതപിക്കാതെ മുമ്പോട്ടു പോകുക.

■

ലൈംഗികത
മാറുന്ന കൗമാര കാഴ്ചപ്പാടുകൾ

'ന്റെ ദൈവമേ! ഞാനെന്താ കണ്ടത്?!'

തലയിൽ കൈവച്ചുകൊണ്ട് ഗോമതിടീച്ചർ! ടീച്ചർ കണ്ടത് ഒന്നു കൂടി വർണ്ണിക്കൂവെന്ന് മനസ്സിൽ പറഞ്ഞുകൊണ്ട് ഗായത്രിടീച്ചർ ഉൾപ്പെടെയുള്ളവർ!

മൂന്നു നാലു പെൺകുട്ടികൾ തല കുനിച്ച് നിൽക്കുകയാണ്.

'ഇവൾ ആ ജോബിന്റെ കൂടെ ഒരു സീറ്റിലായിരുന്നു.'

ലോകം തന്നെ കീഴ്മേൽ മറിഞ്ഞുവെന്ന മട്ടിൽ ടീച്ചർ വർഷയെ നോക്കിപ്പറഞ്ഞു. ടൂർ കഴിഞ്ഞ് ആഹ്ലാദചിത്തരായി രണ്ടാം വർഷ വിദ്യാർത്ഥികൾ എത്തിയതിന്റെ പിറ്റേ ദിവസമാണ് ഈ വിചാരണ.

'ഇവൾ രാജേഷുമായി കൈകോർത്താണ് നടന്നത്.'

മറ്റൊരു പെൺകുട്ടിയെ നോക്കി ടീച്ചർ അലറി. പാവം കുട്ടി. തൊട്ടു പുറകിൽ നിൽക്കുന്ന അമ്മയെ നോക്കുവാൻ ധൈര്യമില്ലാത്തതിനാൽ തല കുനിച്ചു. മകളുടെ ചാരിത്ര്യംതന്നെ ഇല്ലാതായെന്ന മട്ടിൽ അമ്മ കണ്ണീർ തുടച്ചു.

ലൈംഗികതയെപ്പറ്റിയുള്ള മാറുന്ന കാഴ്ചപ്പാടുകൾ കുമാരീകുമാരന്മാരിൽ പ്രശ്നങ്ങൾ സൃഷ്ടിക്കുന്നു.

ലൈംഗികത വിശുദ്ധമായ വികാരമെന്ന ആശയം തന്നെ വിദേശ ചാനലുകളുടെ കുത്തൊഴുക്കിൽ മാറിപ്പോയിരിക്കുന്നു. ശൈശവം മുതൽ ടെലിവിഷനിൽ കണ്ണുംനട്ട് മുറിയുടെ നാലതിർത്തിയിൽ മണിക്കൂറുകൾ ചെലവഴിക്കുന്നവരാണ് നമ്മുടെ കുട്ടികൾ. അവർ കാണുന്നതാകട്ടെ ഒരു അയഥാർത്ഥലോകവും. കുട്ടിയുടുപ്പുമിട്ട്, ചിലപ്പോൾ വസ്ത്രങ്ങൾ തന്നെയില്ലാതെ നായകനുമൊത്ത് തുള്ളിക്കളിക്കുന്ന നായിക പിഞ്ചുമനസ്സിൽ നൽകുന്ന സന്ദേശം എന്താണ്? ശരീരം പ്രദർശിപ്പിക്കുകയും അതുവഴി എതിർലിംഗത്തിൽപ്പെട്ട വ്യക്തിയെ ഇളക്കുകയും തന്നെ! ഡാൻസ് എന്ന ഓമനപ്പേരിൽ കുത്തിമറിയുമ്പോൾ അത് പരസ്പരം 'മുതലാക്കാൻ' കുമാരീകുമാരന്മാർ പരമാവധി ശ്രമിക്കുന്നു. സ്വന്തം ശരീരം പരിശുദ്ധമാണെന്നും അത് തന്റെ കഴുത്തിൽ മിന്നുകെട്ടുന്നവനു മാത്രം ആസ്വദിക്കാനാണെന്നതും വെറുമൊരു ആർഷഭാരതസങ്കല്പമായി കെട്ടടങ്ങുവാൻ അനുവദിച്ചുകൂടാ.

ലൈംഗികനിയന്ത്രണം നഷ്ടപ്പെട്ട സമൂഹങ്ങളെല്ലാം തകർന്നടിഞ്ഞുവെന്ന സത്യം നമുക്കു മുമ്പിലുണ്ട്. ലൈംഗിക അരാജകത്വം എയ്ഡ്സ് പോലെയുള്ള മാരകരോഗങ്ങൾ പരത്തിയപ്പോൾ നിസ്സഹായനായി നിൽക്കേണ്ടി വന്ന മനുഷ്യരെയും നാം കണ്ടതാണ്.

വിദ്യാഭ്യാസകാലത്ത് ബ്രഹ്മചര്യം നിർബന്ധമായിരുന്ന കാലഘട്ടം നമ്മെ പഠിപ്പിക്കുന്ന സത്യമുണ്ട്. ഏറ്റവുമധികം ശ്രദ്ധയും മനസ്സാന്നിദ്ധ്യവും ആവശ്യമുള്ള വിദ്യാഭ്യാസകാലഘട്ടത്തെ ശിഥിലമാക്കുവാൻ ലൈംഗിക അരാജകത്വത്തിനു കഴിയും. വളരെ കഴിവുണ്ടായിട്ടും ലൈംഗിക പ്രചോദനങ്ങളുടെ അടിമകളായി ജീവിതംതന്നെ കുട്ടിച്ചോറാക്കിയ ധാരാളം സുന്ദരന്മാരും സുന്ദരിമാരുമുണ്ട്. ശരിയായ പഠനം അന്യചിന്തകളെ അകറ്റിനിർത്തുന്നതിലൂടെ മാത്രമേ സാധിക്കൂ.

ലൈംഗിക താത്പര്യം തന്റെ വളർച്ചയുടെയും അസ്തിത്വത്തിന്റെയും ഭാഗമായി വേണം കരുതാൻ. സഹപാഠിയെ കാമക്കണ്ണിലൂടെ കാണുമ്പോൾ, സ്വന്തം മനസ്സാക്ഷിയെത്തന്നെയാണ് നാം വഞ്ചിക്കുന്നത്.

സ്പർശനസുഖങ്ങളും കാമചേഷ്ടകൾ അടങ്ങിയ നൃത്തങ്ങളുമൊക്കെ വഴി തെറ്റിക്കാനുള്ള കെണികളാണ്. മിക്കവാറും എല്ലാ ആധുനിക നൃത്തശൈലികളും 'ലൈംഗികബന്ധം' എന്ന പാവനമായ അവസ്ഥയെ അരക്കെട്ടുകൾ ചലിപ്പിച്ച് വികൃതമായി അവതരിപ്പിക്കുകയാണ് ചെയ്യുന്നത്. നായികയുടെ നൃത്തച്ചുവടുകളുടെ ചാരുത മാറിമറിയുകയും അവളുടെ ഓരോ ചലനവും ലൈംഗികബന്ധത്തിനുള്ള ക്ഷണമായും തീരുമ്പോൾ നൃത്തം ആഭാസകരമാകുന്നു. ആവശ്യമായ 'അടക്കവും' 'ഒതുക്കവും' ശീലിക്കുന്നതുകൊണ്ട് നമുക്ക് ഗുണമേ ഉണ്ടാകൂ.

അതുപോലെ തന്നെ വസ്ത്രധാരണത്തിലും നിർബന്ധമായും ഒരു 'ഡീസന്റ് ഡ്രസ് കോഡ്' പിന്തുടരേണ്ടതാണ്. കാലുകൾ ഒരു പരിധിയിൽ കവിഞ്ഞ് പ്രദർശിപ്പിക്കുന്നതും മറ്റും ആഭാസമെന്നുതന്നെ കരുതാം. വസ്ത്രത്തിന്റെ പ്രാഥമികലക്ഷ്യം ശരീരം മറയ്ക്കുവാനാണെന്നും പ്രദർശിപ്പിക്കുവാനല്ലെന്നും മനസ്സിലാക്കണം.

ലൈംഗികത നിയന്ത്രിക്കാനാവാത്ത ഒരു വികാരമായി ചിലരിലെങ്കിലും നിറയാം. എതിർലിംഗത്തോടുള്ള പരിധിയിൽ കവിഞ്ഞ താത്പര്യം ജീവിതത്തെത്തന്നെ തകർത്തുകളയും. പ്രത്യേകിച്ച്, ലൈംഗിക സദാചാരത്തിന് വളരെയധികം പ്രാധാന്യം നൽകുന്ന ഭാരതം പോലൊരു രാഷ്ട്രത്തിൽ. 'വിവാഹം', 'കുടുംബം' എന്നിങ്ങനെയുള്ള ഉദാത്തസങ്കല്പങ്ങളുടെ വിജയത്തിനായി നിലകൊള്ളുക. ജീവിതകാലം മുഴുവൻ നിത്യബ്രഹ്മചാരികളായി സാമൂഹ്യ സേവനത്തിലും ഈശ്വരചിന്തയിലും മുഴുകി ജീവിക്കുന്ന അനേകായിരം മഹാത്മാക്കൾ നമ്മുടെ കൊച്ചുകേരളത്തിൽ തന്നെയുണ്ടെന്നും ഇതോടൊപ്പം തിരിച്ചറിയണം.

■

മധുരമായ സംഭാഷണം

'**നി**ങ്ങൾ വേണേൽ ഒരു പത്തുമിനിറ്റ് കഴിഞ്ഞ് വിളിക്ക്!'

ശ്യാം വീണ്ടും കംപ്യൂട്ടർ ഗെയിമിലേയ്ക്കു മുഖം താഴ്ത്തി. താളാത്മകമായി കൈവിരലുകൾ ചലിച്ചു.

അതാ വീണ്ടും റിംഗ്ടോൺ!

'ശ്ശെടാ! നിങ്ങളോടല്ലോ ഒരു പത്തു മിനിറ്റ് കഴിഞ്ഞ് വിളിക്കാൻ പറഞ്ഞത്!'

'എന്തോന്ന് അർജന്റ്! ഡാഡി ബാത്റൂമിലാണെന്ന് പച്ചമലയാളത്തിലല്ലേ പറഞ്ഞത്.'

പച്ചമലയാളത്തിൽപ്പോയിട്ട്, പച്ച ഇംഗ്ലീഷിൽപോലും ബാത്റൂം എന്നൊരു വാക്ക് ശ്യാം ഉച്ചരിച്ചിരുന്നില്ല. അച്ഛന്റെ മേലധികാരി വളരെ അത്യാവശ്യമായി അദ്ദേഹത്തെ വിളിച്ചപ്പോഴാണ് ശ്യാമിന്റെ ഇപ്രകാരമുള്ള പ്രതികരണം.

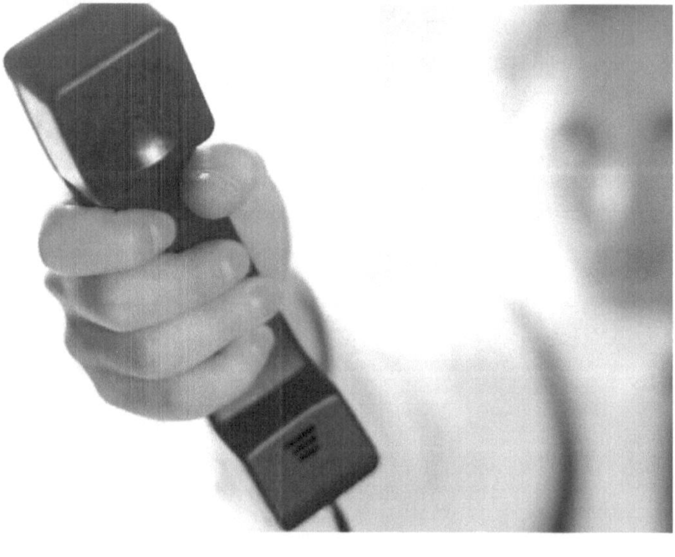

'അച്ഛന്റെ ബോസല്ലേ! അതിന് ഞാൻ എന്തുവേണം?'

ഇപ്രകാരം ശ്യാം ചിന്തിച്ചേക്കാം. എന്നാൽ ഒരു കുടുംബമെന്നത് കൂട്ടുത്തരവാദിത്വം നിറഞ്ഞ മേഖലയാണെന്നും അവിടെ ഒരാളുടെ നിരുത്തരവാദപരമായ സമീപനം പോലും മറ്റുള്ളവരെ ഗുരുതരമായി ബാധിക്കാമെന്നും അറിഞ്ഞിരിക്കണം.

സംസാരത്തിൽ മാന്യത പുലർത്തുകയെന്നത് പരിശീലനം ആവശ്യമായ ഒരു കല തന്നെയാണ്. ജീവിതത്തിലെ ജയപരാജയങ്ങൾ തീരുമാനിക്കുന്നതിൽ സുപ്രധാനമായ ഒരു സ്ഥാനം തന്നെ സംഭാഷണ രീതിക്കുണ്ട്. എങ്ങനെ സംഭാഷണം ആസ്വാദ്യകരവും ആകർഷണീയവുമാക്കാമെന്ന് ശാസ്ത്രീയമായി അറിഞ്ഞിരിക്കണം.

ശബ്ദം പുറപ്പെടുന്നത് ശ്വാസത്തിന്റെ സഹായത്താലാണ്. നമ്മുടെ ശ്വാസകോശത്തിൽനിന്നും വായു പുറത്തേയ്ക്കു തള്ളുമ്പോൾ വോക്കൽ കോർഡുകൾ (Vocal Cords) പ്രകമ്പനം കൊള്ളുന്നു. ലാറിൻക്സ് (Larynx) ആണ് ശബ്ദവ്യതിയാനത്തിനു കാരണമാകുന്നത്. കൗമാരകാലഘട്ടം വരെ ആൺ-പെൺ ശബ്ദങ്ങൾ വലിയ വ്യത്യാസമില്ലാതെ നിലകൊള്ളുന്നു. എന്നാൽ പ്യൂബർട്ടി (Puberty) ആവുന്നതോടുകൂടി പെൺകുട്ടികളുടെ ശബ്ദത്തിന് കൂടുതൽ മാധുര്യവും ആൺകുട്ടികൾക്കു കൂടുതൽ ഗാംഭീര്യവും കൈവരുന്നു. കി...കീ... എന്ന പെൺശബ്ദത്തിനു പകരം ഗർ... ഗർ എന്ന പുരുഷശബ്ദം എത്തുമ്പോൾ കുമാരിമാർക്ക് ഒരു നേട്ടമുണ്ട്. ഫോണിലും മറ്റും സംസാരിക്കുമ്പോൾ പെൺമണികളുടെ ശബ്ദം കൂടുതൽ ആകർഷണീയമാകുന്നു. എന്നാൽ കുമാരന്റെ ശബ്ദം എളുപ്പത്തിൽ പരുക്കനായും സംസ്കാരമില്ലാത്തതായും തെറ്റിദ്ധരിക്കുവാൻ സാധ്യതയേറെയുണ്ട്. 'നിങ്ങളുടെ മകനെന്താ ഇത്ര റഫ് ആയി സംസാരിക്കുന്നത്?' എന്ന് അച്ഛനോട് ആരെങ്കിലും ചോദിച്ചുപോയാലും അദ്ഭുതപ്പെടേണ്ടതില്ല.

നേരിട്ടു സംസാരിക്കുന്നതിനേക്കാൾ വളരെ ശ്രദ്ധിച്ചുവേണം ഫോണിലൂടെ സംസാരിക്കുവാൻ. മുഖാമുഖം കാണുമ്പോൾ നമ്മുടെ ബോഡി ലാംഗ്വേജ് വളരെയധികം നമ്മെ സഹായിക്കുന്നു. എന്നാൽ മുഖഭാവവും ബോഡി ലാംഗ്വെജും വെളിപ്പെടുത്തുവാനാകാതെ ശബ്ദത്തെ മാത്രം ആശ്രയിച്ചാണ് ഫോൺ സംഭാഷണം മുന്നേറുന്നത്. അതിൽ എന്തെങ്കിലും പാളിച്ചകൾ സംഭവിച്ചാൽ ഭവിഷ്യത്തുകൾ നേരിടേണ്ടി വന്നേക്കാം.

പ്രസന്നമായ മുഖഭാവത്തോടെ ഫോണിലൂടെയും സംസാരിക്കാം. മുഖത്തെ സന്തോഷം ഫോണിലൂടെ കാണാനാവില്ലെങ്കിലും അതു നിശ്ചയമായും നമ്മുടെ ശബ്ദത്തിൽ പ്രതിഫലിക്കും. വിനയാന്വിതമായ സംസാരശൈലിയും പ്രസന്നമായ മുഖഭാവവും കൗമാരകാലഘട്ടത്തിൽ അവശ്യമാണ്.

കൗമാരപ്രായത്തിലുള്ള കുട്ടികളിൽ സംസാരത്തിൽ അനാവശ്യമായ തിടുക്കവും വൈകാരിക സംതുലനാവസ്ഥയില്ലായ്മയും പതിവാണ്. നിസ്സാര കാര്യങ്ങൾ പോലും വളരെയധികം ഒച്ചയോടെ ഒരു തരം 'പൊട്ട ച്ചിരിയോടെ' (പൊട്ടിച്ചിരിയല്ല) അവതരിപ്പിക്കുമ്പോൾ വികൃതമാകുന്നു. ശാന്തമായും സാവധാനത്തിലും സംസാരിക്കുക. അധികം ശബ്ദത്തിലോ ശബ്ദം തീരെക്കുറച്ചോ ആവാതെ മിതമായ ശബ്ദവിന്യാസം പരി ശീലിക്കാം.

കാര്യങ്ങൾ വ്യക്തമായി കേട്ടതിനു ശേഷം മാത്രം മറുപടി പറയണം. അപരന്റെ വ്യക്തിത്വത്തെ അംഗീകരിക്കുന്ന മട്ടിൽ സംസാരിക്കുക. അധ്യാ പകരോടും മറ്റും അഭിപ്രായവ്യത്യാസം പ്രകടമാക്കുമ്പോൾ ഭംഗിയായി വേണം സംസാരിക്കാൻ. ശബ്ദത്തിലൂടെ അന്യരെ കീഴ്പ്പെടുത്താമെന്ന് വിശ്വസിക്കുന്നവൻ വിഡ്ഢിയാണ്.

അപരനെ കാണുമ്പോൾ തന്നെ നമ്മുടെ മുഖത്ത് സന്തോഷം വിരിയട്ടെ. അത് അപരനിൽ നമ്മോടുള്ള താത്പര്യം വർദ്ധിപ്പിക്കും. പരമാവധി പൂർണ്ണമായ വാചകത്തിൽത്തന്നെ മറുപടി പറയണം. 'താങ്ക്സ്' എന്നതിനു പകരം പുഞ്ചിരിയോടെ 'താങ്ക്യൂ മേഡം' എന്നു തട്ടിവിട്ടാൽ മാഡം തീർച്ചയായും നിങ്ങളുടെ മുമ്പിൽ വീണിരിക്കും. 'എന്തൊരു നല്ല സ്വഭാവമുള്ള പെൺകുട്ടി'യെന്ന് ചിലപ്പോൾ നാലാളുകളോട് പറഞ്ഞു വെന്നും വരാം.

അനാവശ്യമായ 'കോപ്രായങ്ങൾ' സംസാരത്തിനോടൊപ്പം കടന്നു വരരുത്. വളഞ്ഞുകുത്തിയും 'ഗോഷ്ടി' കാണിച്ചും നിൽക്കാതെ, അപരനു മുമ്പിൽ ആത്മവിശ്വാസത്തോടെ തന്നെ നിൽക്കാം. ഒരുപാട് വിഡ്ഢി ത്തങ്ങൾ മുരളാതെയും സൂക്ഷിക്കാം. 'ചിന്തയില്ലാത്തവൻ കൂടുതൽ സംസാരിക്കുന്നു' എന്ന മൊൺടെസ്ക്യുവിന്റെ അഭിപ്രായം ഓർക്കുക.

■

പഠനം സുപ്രധാനം!

'ന്റെ പൊന്നുമോളെക്കൊണ്ട് ഒരു പുൽനാമ്പ് പോലും പറിപ്പിച്ചിട്ടില്ല എന്റെ പൊന്നു സാറെ!'

കൂലിപ്പണിക്കാരിയായ പാറുവമ്മ നിന്ന് തേങ്ങുകയാണ്. അടുത്ത് ഇതൊക്കെ എത്ര കണ്ടതാണെന്ന മട്ടിൽ ശ്യാമ നില്പുണ്ട്.

'ഇവൾക്ക് കഷ്ടപ്പാട് എന്താണെന്നറിയില്ല മാഷേ അതാ!'

തന്റെ കറുത്തിരുണ്ട് തഴമ്പു വീണ് വികൃതമായ കൈകൾ ചൂണ്ടിക്കാട്ടി പാറുവമ്മ തുടർന്നു.

ടെസ്റ്റ് പേപ്പറുകളിലൊന്നിലും മകൾ കടന്നുകൂടാത്തതിനാൽ പാറുവമ്മയെ വിളിപ്പിച്ചതാണ്. ഇപ്രകാരം മുമ്പോട്ടു പോയാൽ ശ്യാമ വെറുമൊരു ശ്യാമമേഘമായി മാറുമെന്ന തിരിച്ചറിവ് അവളിലുണ്ടാവട്ടെയെന്ന് ക്ലാസ് ടീച്ചർ കരുതി. ഒരു ചലനവുമില്ലാതെയാണ് ശ്യാമയുടെ നില്പ്.

'കുട്ടി ക്ലാസിലേയ്ക്കു പോകൂ!'

പാറുവമ്മയോട് കുടുംബസാഹചര്യങ്ങൾ ചോദിച്ചു മനസ്സിലാക്കണമെന്ന ഉദ്ദേശ്യത്തോടെ സാർ കല്പിച്ചു.

വീട്ടിലെ ദാരിദ്ര്യത്തിന്റെ കഥയും അതറിയിക്കാതെ മകളെയും മകനെയും പോറ്റുന്നതിന്റെ രീതിയും ആ അമ്മ വിവരിച്ചതുകേട്ട് മാഷ് അന്തംവിട്ടു നിന്നുപോയി.

'സ്റ്റഡിടൂർ' ആണെന്ന പേരിൽ മൈസൂറിൽ ശ്യാമ മൂന്നു ദിവസം ചുറ്റിയതും അതിന്റെ പേരിൽ ദിവസം അഞ്ചു മണിക്കൂർ വീതം പാറുവമ്മ കൂലിപ്പണി കൂടുതൽ ചെയ്തുവെന്നും കേട്ട മാഷ് കസേരയിലേയ്ക്കു ചാഞ്ഞുപോയി. ദിവസം അരമണിക്കൂർ പോലും ആ പെൺകുട്ടി പുസ്തകം തുറക്കാറില്ലായെന്നു കൂടിയായപ്പോൾ മാഷ് കൂടുതലൊന്നും ചോദിച്ചില്ല.

അന്ന് മാഷ് ശ്യാമയുടെ ക്ലാസിൽ ചെന്നത് വെറും കയ്യോടെയാണ്.

'ഞാൻ ഒരു കഥ പറയാം!'

മാഷ് ആരംഭിച്ചു. എല്ലും തോലുമായ ഒരു കിളവിത്തള്ള ഒരു മാസം രാവും പകലും അദ്ധ്വാനിച്ച പണം മകൾ മൂന്നു ദിവസംകൊണ്ട് ധൂർത്തടിച്ച് സുഖിക്കുകയും ഒരു മിഠായിപോലുമില്ലാതെ വീട്ടിലേയ്ക്കു തിരിച്ചു വരികയും ചെയ്ത ഹൃദയഭേദകമായ കദനകഥ.

അതുകേട്ട കുട്ടികളെല്ലാം തരിച്ചിരുന്നു. ആ കഥയിലെ അമ്മയ്ക്ക് ഒരു മുത്തം നൽകുവാനും ആ മകളെ അരച്ചുകൊല്ലുവാനും അവർ കൊതിച്ചു. അവസാനം മാഷ് ഒരു വാചകം കൂടി പറഞ്ഞ് അവരെ ഞെട്ടിച്ചു.

'ആ മകൾ എന്നിലുമുണ്ട്! നിങ്ങളിലുമുണ്ട്!'

കുട്ടികൾ ഒരു സത്യം തിരിച്ചറിഞ്ഞു. മറ്റൊരാൾ വിയർപ്പു ചിന്തുന്നതുകൊണ്ട് തങ്ങൾ ഭക്ഷണം കഴിക്കുന്നു. തങ്ങൾ നല്ല വസ്ത്രങ്ങൾ ധരിച്ച്, വേയിലേൽക്കാതെ ഫാനിന്റെ കീഴിൽ സുഖമായിരുന്ന് ദിവാസ്വപ്നങ്ങൾ നെയ്തുകൂട്ടുമ്പോൾ അച്ഛനും അമ്മയുമോ?

കൊടും ചൂടിൽ, വാടിത്തളർന്ന് കിളയ്ക്കുകയായിരിക്കും. ഒരിറ്റ് തണലിനുവേണ്ടി കേഴുകയായിരിക്കും.

ചില പെൺകുട്ടികൾ തേങ്ങിക്കരയുവാൻ തുടങ്ങി. തങ്ങൾക്കു വേണ്ടി തേഞ്ഞുതേർന്ന പ്രിയ രക്ഷിതാക്കളുടെ കൈകളിൽ മുത്തമിടാൻ അവർക്കു തോന്നി.

'നിർത്തൂ ഈ കരച്ചിൽ!'

മാഷിന്റെ മുഖം രൂക്ഷമായി. ആ പ്രിയ മാതാപിതാക്കളുടെ കഷ്ടപ്പാടിന് പ്രതിവിധി കരയുകയല്ല. കഠിനമായി അദ്ധ്വാനിക്കുകയാണ്.

നിങ്ങളുടെ അദ്ധ്വാനം പഠനത്തിൽ പ്രതിഫലിക്കട്ടെ! ക്ലാസ്സിനാകെ ഒരു ചലനം. കൗമാരമുഖങ്ങളിൽ നിശ്ചയദാർഢ്യം! സ്കൂളിന്റെ ചരിത്രത്തിൽ തന്നെ കേട്ടുകേൾവിയില്ലാത്ത റിസൾട്ടുമായി ആ ബാച്ച് മാഷിനു ചുറ്റും കൂടിയപ്പോൾ, മാഷാവട്ടെ മനസ്സുകൊണ്ട് ഈശ്വരനും പിന്നെ കരിഞ്ഞുണങ്ങി 'പേക്കോലമായ' പാറുവമ്മയ്ക്കും നന്ദി പറയുകയായിരുന്നു.

പഠനത്തിലൂടെ ഉയരങ്ങളിലെത്തുവാൻ ഓരോ വിദ്യാർത്ഥിക്കും ധാർമ്മികമായ കടപ്പാടുണ്ട്. മറ്റെന്തെല്ലാം രംഗങ്ങളിൽ മിടുക്കരാണെങ്കിലും പഠനത്തിൽ 'ഉഴപ്പിയാൽ' അത് അക്ഷന്തവ്യമായ ഒരു തെറ്റ് തന്നെയാണ്.

നമുക്കു വേണ്ടി കഷ്ടപ്പെടുന്ന ഒട്ടനവധി ആളുകളുണ്ട്. ഭാവിയിൽ അവർക്ക് ആലംബമാകേണ്ടവരാണ് നാം. ചിലപ്പോൾ ഒരൊറ്റ സംഭവമായിരിക്കും നമ്മുടെ ജീവിതത്തെ മാറ്റിമറിക്കുന്നത്. നമുക്ക് കഷ്ടപ്പെടുവാൻ തയ്യാറാകാം. പുസ്തകങ്ങളെ ചങ്ങാതിമാരായി കൂടെ കൊണ്ടു നടക്കാം. പുസ്തകങ്ങളിൽ നിറയുന്നത് അറിവാണ്.

■

ജീവിതലക്ഷ്യങ്ങൾ രൂപവത്ക്കരിക്കുമ്പോൾ

കിരൺ ഡിസക്ഷൻ ടേബിളിൽ കിടക്കുന്ന രൂപത്തിലേയ്ക്കു ഒന്നേ നോക്കിയുള്ളൂ.

'ന്റമ്മോ'.

ബോധരഹിതനായ വീണ കിരണിനെ സഹപാഠികളായ മെഡിക്കൽ വിദ്യാർത്ഥികൾ ചുമന്നു കൊണ്ടുപോകുമ്പോൾ മെഡിക്കൽ വിദ്യാർത്ഥിനികളടക്കമുള്ള വാ പൊത്തി ചിരിക്കുന്നുണ്ടായിരുന്നു.

മെഡിക്കൽ കോളേജിൽ എത്തിയതിന്റെ മൂന്നാം ദിനം! മൃതദേഹം കണ്ടു കഴിഞ്ഞാൽപ്പിന്നെ കുറഞ്ഞത് രണ്ടു ദിവസത്തേയ്ക്ക് തനിക്കു ഭക്ഷണം കഴിക്കുവാൻ സാധിക്കുകയില്ലായെന്ന നഗ്നസത്യം സീനിയേഴ്സിലൊരുവനോട് അറിയാതെ പറഞ്ഞുപോയി.

നാലാം ദിനം!

ഏറ്റവും സീനിയറായ ഒരു മെഡിക്കൽ വിദ്യാർത്ഥി കിരണിനടുത്തേയ്ക്ക്!

'ആർ യൂ മിസ്റ്റർ കിരൺ?'

'യെസ്, അയാം!'

മര്യാദയോടെ കിരൺ മറുപടി പറഞ്ഞു.

'ഇന്നത്തെ പോസ്റ്റ്മോർട്ടത്തിന് ഏന്റെ അസിസ്റ്റന്റായി ചുമതല ലഭിച്ചിരിക്കുന്നത് നിങ്ങൾക്കാണ്.'

'അയ്യോ, ഞാനില്ല.'

'എന്താ?'

'എനിക്ക് ബോഡി കണ്ടാൽ...'

'പിന്നെ നിങ്ങൾ എന്തിനാണ് മെഡിസിൻ പഠിക്കുന്നത്?'

'അത് പിന്നെ... എനിക്ക് മെഡിസിനിൽ എൻട്രൻസ് അഞ്ചാം റാങ്ക് ഉണ്ടായിരുന്നു.'

കൂടുതൽ സംസാരിക്കാൻ അനുവദിക്കാതെ സീനിയർ കിരണിനോട് വരൂ എന്ന് ആജ്ഞാപിച്ചു.

അറക്കുവാൻ കൊണ്ടുപോകുന്ന കുഞ്ഞാടിനെപ്പോലെ കിരൺ സീനിയർ വിദ്യാർത്ഥിയുടെ പുറകെ ചെന്നു.

'മോർച്ചറി.'

പേരു വായിച്ചപ്പോൾ തന്നെ കിരണിന് ഓക്കാനം വന്നു.

മടിച്ചുനിന്ന കിരണിനെ തള്ളിയാണ് സീനിയർ അകത്തു കടത്തിയത്.

പ്ലാറ്റ്ഫോമിൽ നഗ്നമായ ഒരു രൂപം. ഒരു ചെറുപ്പക്കാരൻ.

'അറ്റാക്കായിരുന്നു.'

കൂടുതൽ പറയുവാൻ നിൽക്കാതെ അയാൾ ഗ്ലൗസണിഞ്ഞു. കിരണിനും ഗ്ലൗസുകൾ നൽകി. എന്നിട്ട് തന്റെ ഡിസക്ഷൻ നൈഫ് കയ്യിലെടുത്തു.

'ആ തലയൊന്നു തിരിച്ചു കിടത്തൂ, മിസ്റ്റർ കിരൺ!'

കിരണിന് അനുസരിക്കുകയല്ലാതെ നിർവ്വാഹമുണ്ടായിരുന്നില്ല.

സകല ദൈവങ്ങളെയും ധ്യാനിച്ച്, കൂടെ സീനിയർ വിദ്യാർത്ഥി

യെയും പ്രാകി കിരൺ മൃതദേഹത്തിന്റെ തല സാവധാനമൊന്നു തിരിച്ചു.

പിന്നെ ആ മുഖത്തേയ്ക്ക് ഒന്നു നോക്കി. ആ നഗ്നരൂപം ഒരു കണ്ണടച്ചു കാണിക്കുന്നു. പിന്നെ ചെറുതായൊന്നു ചിരിക്കുന്നു.

കടുത്ത പനി കുറയുവാൻ അഞ്ചു ദിവസമെടുത്തു. സാവധാനം 'പിച്ചും പേയും' പറയുന്നതവസാനിപ്പിച്ച കിരൺ തനിക്കു ചുറ്റും ആകാംഷാഭരിതരായ മുഖങ്ങൾ കണ്ടില്ലെന്നു നടിച്ചു.

എങ്കിലും ഒരു രൂപം വീണ്ടും കാണേണ്ടി വന്നു.

'സോറി! ഞാൻ രാകേഷ്! താങ്കളുടെ സീനിയറാണ്. തൽക്കാലത്തേയ്ക്ക് മൃതദേഹമായതാണ്. താങ്കളുടെ പേടി...'

കിരൺ ഒന്നും പറഞ്ഞില്ല.

ഇന്ന് തലസ്ഥാനത്തെ വളരെ പ്രശസ്തമായ ഒരു ഹോസ്പിറ്റലിൽ ചീഫ് ഫിസിഷ്യന്റെ കസേരയിലിരിക്കുമ്പോൾ, കിരൺ പഴയ കാര്യങ്ങൾ ഓർത്തു ചിരിക്കാറുണ്ട്.

മെഡിക്കൽ എഞ്ചിനീയറിംഗ് രംഗങ്ങൾ ഒരു മാനിയ (mania) തന്നെയായി കേരളീയരെ ഗ്രസിച്ചിരിക്കുന്നു. ജീവിതലക്ഷ്യം നിർവ്വചിക്കപ്പെടുമ്പോൾ കടന്നുവരുന്ന രണ്ടേ രണ്ടു വാക്കുകൾ 'ഡോക്ടർ' അല്ലെങ്കിൽ 'എഞ്ചിനീയർ' എന്നു മാത്രമായിരിക്കുന്നു. മറ്റൊരു മേഖലയും ഇല്ലാത്തവണ്ണമാണ് ഇന്ന് കാര്യങ്ങളുടെ പോക്ക്.

അധ്യാപനത്തിന് അഭിരുചിയുള്ളയാൾ മറൈൻ എഞ്ചിനീയർ ആയാൽ എന്തായിരിക്കും ഫലം! ആശിച്ച ജോലി അഭിരുചിക്കൊത്ത വണ്ണം ലഭിക്കണമെന്നില്ല. എങ്കിലും അഭിരുചിക്ക് ഘടകവിരുദ്ധമായ ജോലി സ്വീകരിക്കരുത്.

ഇന്ന് മെഡിക്കൽ പോലെയുള്ള മേഖലകൾ അഭിരുചിയെക്കാളു പരി കഴിവിനെ ആശ്രയിച്ചാണ് തെരഞ്ഞെടുക്കപ്പെടുന്നത്. ഏതു കോഴ്സ് തെരഞ്ഞെടുക്കണമെന്നതു തീർച്ചയായും വിവിധ കോഴ്സു കളെപ്പറ്റി പഠിച്ചതിനു ശേഷമായിരിക്കണം. കരിയർ ഗൈഡൻസ് സെന്റ റുകളെയും അതുപോലെ തന്നെ ഗൈഡ് ചെയ്യുവാൻ കഴിവുള്ള കൗൺസിലർമാരെയും സമീപിക്കാം.

കൗമാരകാലത്തെ അഭിരുചി പിന്നീട് മാറിമറിയുവാൻ വളരെയേറെ സാധ്യതയുള്ളതാണ്. 'മമ്മൂട്ടി'യെപ്പോലെയാകണമെന്നു കരുതുന്ന 'കുട്ടി' ഒരു ഷൂട്ടിംഗ് സീൻ നേരിട്ട് കാണുമ്പോൾ തന്നെ തന്റെ ലക്ഷ്യം മാറ്റിയേക്കാം. ഏതൊരു തൊഴിലിനും ബാഹ്യമായി കാണുന്ന പകിട്ടി നപ്പുറം ചില യാഥാർത്ഥ്യങ്ങളുണ്ട്. എയർകണ്ടീഷൻ കാറിൽ ഗൗരവ ത്തിൽ നീങ്ങുന്ന ഡോക്ടറെയാവാം നിങ്ങൾ കണ്ടിട്ടുള്ളത്. എന്നാൽ ഇതേ ഡോക്ടർ തന്നെ രോഗിയുടെ മലദ്വാരത്തിൽ, അതും പുഴുവരി ക്കുന്ന അവസ്ഥയിൽ, സർജറി ചെയ്യുന്നതൊന്ന് ആലോചിച്ചു നോക്കൂ! ഉപരിപ്ലവമായ പകിട്ടിനപ്പുറമുള്ള പച്ചയായ യാഥാർത്ഥ്യം കൂടി മനസ്സി ലാക്കി വേണം ജീവിതലക്ഷ്യങ്ങൾ രൂപവൽക്കരിക്കുവാൻ എന്നു കൂടി മനസ്സിലാക്കുക.

■

ഇന്റർനെറ്റിന്റെ വലകൾ

ടോമിന് ജിജ്ഞാസ അടക്കുവാൻ കഴിയുന്നില്ല. 'ദൈവമേ ഇതെന്താ ഈ കാണുന്നത്? അപ്പോൾ ഇങ്ങനെയൊക്കെയാണ് കാര്യങ്ങൾ അല്ലേ?'

അവൻ ഓരോ ഫയലിൽ നിന്നും മറ്റൊന്നിലേയ്ക്ക് എന്ന മട്ടിൽ സഞ്ചരിച്ചു. എല്ലാ വീഡിയോസും പ്രദർശിപ്പിക്കുന്നത് ഒന്നുതന്നെ. ആളുകൾ മാറുന്നുവെന്നു മാത്രം!

എന്നിട്ടും ടോമെന്തെ മണിക്കൂറുകളായി അതുതന്നെ കണ്ടുകൊണ്ടിരിക്കുന്നു. നമുക്കു സംശയം തോന്നാം.

വെറും നാടൻ കർഷകനായ ടോമിന്റെ അച്ഛനോടു ചോദിക്കാം.

'നമ്മുടെ കാലത്തെ പഠിത്തം വല്ലതുമാണോ മോനേ! ഇപ്പഴത്തെ പിള്ളേർ കംപ്യൂട്ടർ വച്ചല്ലേ പഠിക്കുന്നത്!'

ഇത്രയും പറഞ്ഞിട്ട് ചേടത്തിയോട് ഒരു ചോദ്യം.

'അവനെന്നതാടീ പഠിക്കുന്നതെന്ന് പറഞ്ഞോ?'

'ഏതാണ്ടോ 'പോജക്റ്റ്' എന്നോ മറ്റോ പറയുന്ന കേട്ടു. നിങ്ങൾ എന്തിനാ മനുഷ്യനേ അതൊക്കെ അന്വേഷിക്കുന്നത്! അവൻ പഠിക്കട്ടെ.'

ടോം പഠിച്ചു പഠിച്ച്, വിമാനത്തിൽ വിദേശത്തേയ്ക്കു പറക്കുന്ന സുന്ദരദിനം സ്വപ്നം കണ്ടുകൊണ്ട് കഴിയുകയാണ് ആ കർഷക ദമ്പതികൾ.

ടോമാകട്ടെ വീഡിയോകൾ ഒന്നൊന്നായി ആസ്വദിച്ചു പഠിക്കുന്നുമുണ്ട്. പക്ഷേ!...

'ഇന്റർനെറ്റ്' എന്ന മാന്ത്രികവലയ്ക്കുള്ളിൽ കുടുങ്ങിയ പരൽമീനുകളാണ് നാം. താത്പര്യമുണ്ടെങ്കിലും ഇല്ലെങ്കിലും ആ കെട്ടുകൾ പൊട്ടിച്ച് രക്ഷപ്പെടുവാൻ ആവാത്ത അവസ്ഥ. അപ്പോൾ പിന്നെ സൃഷ്ടിപരമായി ഇന്റർനെറ്റിനെ എപ്രകാരം ഉപയോഗിക്കാമെന്നു മാത്രം ചിന്തിക്കാം.

വിദ്യാഭ്യാസം, ഗതാഗതം, ആരോഗ്യരംഗം, വ്യാപാരം, സ്പേസ് റിസർച്ച് എന്നു വേണ്ട ജീവിതത്തിന്റെ ഒട്ടുമിക്ക തുറകളിലും ഇന്റർനെറ്റ് പുരോഗതി കൊണ്ടുവന്നിട്ടുണ്ട്. കാലത്തിനും സമയത്തിനുമൊക്കെ അതീതമായ അറിവിന്റെ വിജ്ഞാനവിസ്ഫോടനം തന്നെയാണ് ഇന്റർനെറ്റ് ഒരുക്കിയിരിക്കുന്നത്.

ഇ-മെയിലും ഇ-ലേണിംഗും ഇ-കോമേഴ്സുമൊക്കെ നമ്മുടെ ജീവിതത്തിലേയ്ക്കു കടന്നുവരുമ്പോൾ അതിന് തീർച്ചയായും ചില പ്രാധാന്യങ്ങളും നേട്ടങ്ങളുമുണ്ട്. അതോടൊപ്പം തിരിച്ചറിയേണ്ടതായ ചില വസ്തുതകളുമുണ്ട്.

ഒന്നാമതായി കൗമാരപ്രായത്തിൽ നാം സർവ്വവിജ്ഞാനകോശം ആവേണ്ടതില്ല. അറിവിന്റെ മഹാസാഗരത്തിൽ നീന്തിത്തുടിച്ചിട്ട് പരീക്ഷയിൽ തോൽക്കുന്ന അവസ്ഥ എത്ര ദയനീയമായിരിക്കും! കംപ്യൂട്ടർ ഒരിക്കലും നേത്രങ്ങൾക്ക് 'ഫ്രണ്ട്‌ലി' അല്ല. റേഡിയേഷനും അനുബന്ധ പ്രശ്നങ്ങളുമൊക്കെ വിശകലനം ചെയ്യപ്പെടുന്നത് കുറഞ്ഞത് പത്തു വർഷങ്ങൾക്കു ശേഷം മാത്രമായിരിക്കും.

പുസ്തകങ്ങൾക്കു പകരമായി ഒരു കാരണവശാലും കംപ്യൂട്ടറുകളെ കാണരുത്. ശാന്തമായി, മനസ്സുറപ്പിച്ച്, നേത്രങ്ങൾക്കു ശീതളിമ

നൽകുന്ന പഠനം അച്ചടിമാധ്യമങ്ങളിലൂടെയേ സാധ്യമാകൂ! ഇനി വളരെ ആഴമേറിയ അറിവ് നേടണമെങ്കിലോ?

കൗമാരകാലഘട്ടത്തിൽ പഠനത്തിനായി ലഭിക്കുന്ന പുസ്തകങ്ങൾ മുഴുവൻ ഒരാവർത്തി വായിച്ചുതീർക്കണമെങ്കിൽ തന്നെ വർഷങ്ങൾ വേണ്ടി വരും. അപ്പോൾപ്പിന്നെ സിലബസിലുൾപ്പെടുത്തി, നാം പഠിക്കണമെന്ന് നിഷ്കർഷിച്ചുകൊണ്ട് ക്രമപ്പെടുത്തി നമുക്ക് നൽകിയിട്ടുള്ള വിജ്ഞാനശകലങ്ങളെ ആദ്യം ഉള്ളിലാക്കിയിട്ട് പോരെ ഇന്റർനെറ്റ് അറിവിന്റെ അഗാധതയിൽ നിന്നും മുത്തുചിപ്പികൾ പൊക്കിയെടുക്കുന്നത്?

പാഠഭാഗങ്ങൾ പഠിക്കാതെ ഇന്റർനെറ്റിന്റെ മായികവലയത്തിലേയ്ക്കു കൂടുതൽ അറിവിനായി നീങ്ങുന്നത് ഒരു തരം രക്ഷപ്പെടൽ (Escapism) ആണ്. നമുക്ക് അപ്രിയമായ കാര്യത്തിൽ നിന്നും തലയൂരുവാൻ മനസ്സ് കണ്ടെത്തുന്ന ഒരു വഴി തന്നെയാണിത്.

ഇന്റർനെറ്റിന്റെ ഉപയോഗം കൗമാരപ്രായത്തിൽ പാടെ ഉപേക്ഷിക്കണമെന്നല്ല പറഞ്ഞുവരുന്നത്. പക്ഷേ, ഇന്റർനെറ്റ് ഒരുക്കുന്ന ചതിക്കുഴികൾ നാം അറിഞ്ഞിരിക്കണം. നമ്മുടെ വിലപ്പെട്ട സമയവും സ്വസ്ഥതയും കളയുവാൻ ധാരാളം അവസരങ്ങൾ അവിടെയുണ്ട് എന്ന് സൂചിപ്പിച്ചുവെന്നു മാത്രം! നമ്മുടെ മുൻ തലമുറ ചീട്ടുകളിയിലും മറ്റും കണ്ടെത്തിയിരുന്ന ആനന്ദം, ചീട്ടിൽനിന്നും മാറി 'ചാറ്റി'ൽ എത്തിയെന്നു മാത്രം.

ഓർക്കൂട്ടിലും മറ്റും പരതുമ്പോഴും ഓർക്കുക! നമ്മുടെ സ്കൂളിൽ തന്നെ ഇനിയും പരിചയപ്പെടാത്ത എത്രയോ മുഖങ്ങളുണ്ട്. അവരെയൊക്കെ സുഹൃദ്വലയത്തിൽ ഉൾപ്പെടുത്തിയിട്ട് പോരേ നെയ്റോബിയിലെ നീഗ്രോ പയ്യനുമായുള്ള സൗഹൃദം? സ്കൂളിലെ പയ്യൻ സ്വതന്ത്രമായി ആശയവിനിമയം നടത്തില്ലല്ലോ എന്നൊരു പ്രശ്നമുണ്ട്. മനസ്സിന്റെ കോണിൽ ഒളിച്ചുവച്ചിരിക്കുന്ന ഒരുപാട് കാര്യങ്ങൾ പങ്കുവയ്ക്കണമെങ്കിൽ വിദൂരത്തു നിന്നും ഒരു സായിപ്പോ, മദാമ്മയോ വേണം!

■

മൊബൈൽഫോണും കൗമാരവും

സെൽഫോണുകൾ ശരീരത്തിന്റെ ഒരു ഭാഗം തന്നെയായി മാറുന്ന കാലഘട്ടമാണിത്. റിംഗ്ടോണുകൾ കേൾക്കാതെ, ഒരു മിസ്ഡ് കോൾ എങ്കിലും വിടാതെ ഉറക്കം വരാത്ത അവസ്ഥ.

'വന്നു, കണ്ടു, കീഴടക്കി' എന്ന മട്ടിലാണ് മൊബൈൽ ഫോണുകളുടെ അതിപ്രസരം. ആവശ്യത്തിനും അനാവശ്യത്തിനുമൊക്കെ ഇത് ഉപയോഗിക്കുമ്പോൾ ഇത്തരമൊരു 'കുന്ത്രാണ്ടം' ഇല്ലാത്ത കാലത്ത് ഞങ്ങൾ 'ഡീസന്റായി' ജീവിച്ചിരുന്നുവെന്ന് മുത്തശ്ശി കുശുമ്പ് പറഞ്ഞേക്കാം. അക്കാലം പ്രാചീന ശിലായുഗമായിരുന്നുവെന്ന മട്ടിൽ കൊച്ചുമോളും പ്രതികരിച്ചേക്കാം.

ഡ്രൈവിംഗിലും മറ്റും മൊബൈൽ ഫോണുകൾ വില്ലനാകുന്ന അവസ്ഥകൾ നമുക്കു ചുറ്റും സംഭവിക്കുന്നുണ്ട്.

കൗമാരപ്രായത്തിൽ മൊബൈൽ ഫോണിന്റെ സ്ഥാനം എന്തായിരിക്കണമെന്ന് വിലയിരുത്തുക. മൊബൈൽഫോൺ ഉപയോഗിക്കാമെങ്കിലും അതിനൊരിക്കലും അടിമയാകരുത്. സുഹൃത്തുക്കളുമായുള്ള 'സല്ലാപം' പരമാവധി ചുരുക്കാം. വെറുതെയെന്തിന് റേഡിയേഷനുമായി വളരുന്ന നമ്മുടെ ബ്രെയിൻ സെല്ലുകൾ സൃഷ്ടിക്കപ്പെടണം. അത്യാവശ്യകാര്യങ്ങൾക്കു മാത്രം മൊബൈൽ ഫോൺ ഉപയോഗിക്കുക. നേരിട്ട് സംസാരിക്കുവാൻ സാധിക്കുന്ന അവസരങ്ങൾ ഉണ്ടെങ്കിൽ അങ്ങനെ ചെയ്യുക.

പരമാവധി എസ്.എം.എസ്. അയച്ചുകൊണ്ട് ഫോൺ വിളികൾ വെട്ടിച്ചുരുക്കാം. എസ്.എം.എസ്. നമുക്ക് ചിന്തിക്കുവാനുള്ള സമയം നൽകുന്നു. എടുത്തു ചാടി അനാവശ്യം വിളമ്പാതെ, കാര്യമാത്ര പ്രസക്തമായ വിവരങ്ങൾ മാത്രം പങ്കുവയ്ക്കുവാൻ അത് സഹായിക്കുന്നു. ഇ-മെയിൽ സൗകര്യങ്ങൾ ഉള്ള ഫോണാണെങ്കിൽ അതും ഉപയോഗിക്കാം. ഫോൺ ചെയ്യുവാൻ ഉപയോഗിക്കുന്ന സമയം മറ്റൊരു രീതിയിൽ നമുക്ക് ഉപകാരപ്പെടുന്നു. മാത്രമല്ല, എസ്.എം.എസ്. ലഭിക്കുന്ന വ്യക്തികൾക്കു ചിന്തിച്ച്, ഗൗരവമേറിയ, ഉപകാരപ്രദമായ ഒരു മറുപടി നൽകുവാനുള്ള സമയം ലഭിക്കുകയും ചെയ്യും.

അനാവശ്യമായ മിസ്ഡ് കോളുകൾ ഒഴിവാക്കാം. 'പുലി വരുന്നേ' എന്നു വിളിച്ചു കൂവി ആളുകളെ പറ്റിച്ച ഇടയൻ ചെറുക്കന്റെ കഥ ഓർമ്മയില്ലേ. മിസ്ഡ് കോൾ അടിച്ചടിച്ച് അവസാനം അത്യാവശ്യസ

ന്ദർഭങ്ങളിൽ നാം വിളിച്ചാലും അപരൻ പ്രതികരിക്കണമെന്നില്ല. വളരെ ശ്രദ്ധയോടുകൂടി ഡ്രൈവ് ചെയ്യുമ്പോൾ കടന്നുവരുന്ന മിസ്ഡ് കോളുകൾ വലിയൊരു ശല്യവുമായിരിക്കും.

നമ്മെ കീഴ്പ്പെടുത്തുവാനുള്ള ഒരു മാന്ത്രികശക്തി മൊബൈൽ ഫോണിനുണ്ട് എന്നുള്ളത് ശരിതന്നെ.

വാഹനമോടിക്കുമ്പോൾ ഒരു കാരണവശാലും മൊബൈൽ ഫോൺ ഉപയോഗിക്കരുത്. വെറുതെ ഒരു 'രസത്തിന്' ആരെയെങ്കിലും ഒന്നു ഭീഷണിപ്പെടുത്താമെന്ന് കരുതിയാലും സംഗതി പാളും. ആര്, എപ്പോൾ, എവിടെ, എന്ത് സംസാരിച്ചു എന്നൊക്കെ വർഷങ്ങൾക്കു ശേഷവും സെക്കൻഡുകൾക്കുള്ളിൽ കണ്ടെത്തുവാൻ സാധിക്കുന്ന സാങ്കേതികവിദ്യ നിലവിലുണ്ട്.

മൊബൈൽ ഫോൺ സാങ്കേതികവിദ്യ ധാരാളം കുറ്റകൃത്യങ്ങൾ തെളിയിക്കപ്പെടുന്നതിൽ നിർണ്ണായക പങ്കു വഹിച്ചിട്ടുണ്ട്. അതിനാൽ നമുക്കെതിരെ ഉയരുന്ന വലിയൊരു സാക്ഷിയായിരിക്കും ഈ ഫോണെന്നും അറിഞ്ഞിരിക്കുക.

'സിം കാർഡുകൾ' മാറി മാറി ഗിന്നസ് ബുക്കിലെത്തുവാൻ നോക്കിയാലും പ്രശ്നം ഗുരുതരമാകും. നമ്മുടെ ഐഡന്റിറ്റി കൂടുതൽ പബ്ലിക് ആകുന്നുവെന്നു മാത്രമല്ല, സാമൂഹ്യവിരുദ്ധർ അതുപയോഗിക്കുവാനും സാദ്ധ്യതയുണ്ട്.

വില കൂടിയ സെൽഫോണുകൾ വാങ്ങുമ്പോഴും വഴിയിലും മറ്റും നഷ്ടപ്പെടുവാൻ വളരെയധികം സാദ്ധ്യതയുണ്ട്. വെറുതെയൊന്നു കുലുങ്ങിയാൽ ചിലപ്പോൾ 'ഇരുപതിനായിരം' താഴെപ്പോകാം.

കൂട്ടുകാർക്ക് 'സൊള്ളാൻ' നൽകുമ്പോഴും അപകടമുണ്ട്. 'മുഖ്യമന്ത്രി'യെ തട്ടിക്കളയുമെന്നൊരു മെസ്സേജ് തമാശയ്ക്ക് അവർ ഒന്നയച്ചാലോ! 'തട്ടു' കിട്ടുന്നത് നമുക്കുതന്നെ. വെറുതെയെന്തിനു വേലിയിലിരിക്കുന്ന പാമ്പിനെയെടുത്ത് ദേഹത്തു വയ്ക്കണം. റോമിംഗിലൂടെയും ബ്രൗസിംഗിലൂടെയുമൊക്കെ നീലച്ചിത്രങ്ങൾ കടന്നുവരുമ്പോൾ നമ്മുടെ പോക്കറ്റിനോടൊപ്പം ധാർമ്മികതയും ചോരുന്നുവെന്ന സത്യവും മനസ്സിലാക്കുക.

■

വാഹനകമ്പം മൂക്കുമ്പോൾ!

വാഹനകമ്പം, പ്രത്യേകിച്ച് ഇരുചക്രവാഹനകമ്പം, കൗമാരക്കാർക്കിടയിൽ ഒരു ഭ്രാന്തായി മാറുകയാണ്. പണ്ട് സൈക്കിൾ കീഴടക്കിയിരുന്ന കൗമാരം ഇന്ന് അത്യാധുനിക ഫാഷൻ ബൈക്കുകളാണ് കീഴടക്കുന്നത്. ആറ്റുനോറ്റുണ്ടായ മക്കൾ അകാലമൃത്യുവടയുമ്പോൾ മാതാപിതാക്കൾക്കുണ്ടാകുന്ന വേദന പറഞ്ഞറിയിക്കേണ്ടതില്ലല്ലോ.

ലൈസൻസ് ലഭിക്കാതെ ഒരു കാരണവശാലും നിരത്തിലൂടെ വാഹനം ഓടിക്കരുത്. ഹെൽമറ്റ് ധരിച്ച് സ്വന്തം മുഖത്തിന്റെ

'ഷൈനിംഗ്' മറക്കാതെ ബൈക്ക് പറത്തുമ്പോൾ, ചതഞ്ഞരഞ്ഞ മുഖത്ത് രക്തം നന്നായി 'ഷൈൻ' ചെയ്യുമെന്ന് ഓർമ്മിക്കുക. കൂട്ടുകാരുടെ ബൈക്കുകൾ കടമെടുക്കുന്ന 'ഗൂഡായിപ്പ്' പരിപാടികളും ഉപേക്ഷിക്കണം.

പക്വതയാർന്നതും ദ്രുതഗതിയിലുള്ളതുമായ തീരുമാനങ്ങൾ എടുക്കുവാനുള്ള കഴിവ് കൗമാരപ്രായത്തിൽ കുറവായിരിക്കും. എന്നാൽ ഡ്രൈവിംഗിലും റൈഡിംഗിലും ഏറ്റവും അത്യാവശ്യം വേണ്ട ഘടകങ്ങളാണ് മേൽപ്പറഞ്ഞവ.

വെറും ഇഞ്ചുകളുടെ വ്യത്യാസത്തിൽ വാഹനങ്ങൾ കടന്നുപോകുമ്പോൾ, അതു നിയന്ത്രിക്കുന്നവർ വെറും മനുഷ്യരാണെന്നു കരുതണം. കൈ ഒന്നു പാളിയാൽ, സ്റ്റിയറിംഗ് തിരിക്കുന്നത് അല്പം കൂടിപ്പോയാൽ, ഹാൻഡിൽ ഒരിഞ്ചു കൂടി ചരിഞ്ഞാൽ വിലപ്പെട്ട മനുഷ്യജീവനായിരിക്കും വില പറയേണ്ടി വരിക.

അമിതവേഗത്തിനോടൊപ്പം, ട്രാഫിക് നിയമങ്ങളെ തൃണവത്ഗണിക്കുവാനുള്ള പ്രവണതയും കൗമാരപ്രായക്കാരിൽ കൂടുതലാണ്. 'എടുത്തു ചാട്ടം' മരണത്തിലേയ്ക്കുള്ള കാൽവയ്പ് ആണെന്നു തിരിച്ചറിയണം.

പരാജയങ്ങൾ നേരിടുമ്പോൾ!

പരാജയങ്ങൾ വിജയത്തിലേയ്ക്കുള്ള ചവിട്ടുപടിയായും മാനസിക പക്വതയ്ക്കുള്ള ഉപാധിയായുമൊക്കെ വ്യാഖ്യാനിക്കപ്പെടാറുണ്ട്. എപ്രകാരമാണ് പരാജയങ്ങളെ നേരിടേണ്ടതെന്നു മനസ്സിലായാൽ പരാജയങ്ങളും തിരസ്കരണവുമൊന്നും നമ്മെ വേട്ടയാടുകയില്ല.

ഗോപനത് താങ്ങാനാവുന്നതിനപ്പുറമായിരുന്നു. തന്റെ കവിത സ്കൂൾ മാഗസിനിൽ നിന്നും ഒഴിവാക്കപ്പെട്ടിരിക്കുന്നു. കൂട്ടുകാർക്കിടയിൽ കവിതയോട് ആഭിമുഖ്യമുള്ള ഒരേയൊരു വ്യക്തിയാണ് താൻ.

'പ്രസിദ്ധീകരണയോഗ്യമല്ല.'

സ്റ്റാഫ് എഡിറ്ററായ ടീച്ചർക്ക് ഒരേയൊരു മറുപടി മാത്രം!

'എന്തുകൊണ്ട്?'

'തന്നോടല്ലേ, പ്രസിദ്ധീകരണയോഗ്യമല്ലായെന്നു പറഞ്ഞത്.'

തീർന്നു! ചോദ്യവും ഉത്തരവും സമാപിച്ചു. പ്രസിദ്ധീകരണയോഗ്യമാണോയെന്ന് തീരുമാനിക്കപ്പെടുന്നതിന്റെ മാനദണ്ഡമെന്തെന്ന് ഗോപനു മനസ്സിലായില്ല.

പതിറ്റാണ്ടുകൾക്കു ശേഷം കേന്ദ്ര സാഹിത്യ അക്കാദമി അവാർഡുമായി തന്റെ മാതൃവിദ്യാലയത്തിലെത്തുന്ന 'ഗോപൻ' ഒരുപക്ഷേ ആ ഒരു വാക്കിൽനിന്നുമായിരിക്കും രൂപംകൊണ്ടത്.

'നിങ്ങൾ എന്നെ കഴിവതും അധിക്ഷേപിച്ചുകൊള്ളുക. അത് ദോഷത്തേക്കാൾ ഗുണമാണ് ചെയ്യുക.' ചിന്തകനായ 'ഈനോട്ട്' ഇപ്രകാരം പറയുമ്പോൾ അതിൽ ഒരു സത്യമുണ്ട്. പ്രശംസകൊണ്ട് ഉയരുന്നവരെക്കാൾ പതിന്മടങ്ങ് ആളുകൾ അവഹേളനവും പരാജയവുംമൂലം ഉന്നതരായിട്ടുണ്ട്.

പ്രശംസകൾ വരുമ്പോഴാണ് നാം സൂക്ഷിക്കേണ്ടത്. നമ്മുടെ വളർച്ച തടയപ്പെടാം. നാം പൂർണ്ണനായി എന്ന തോന്നൽ ഉണ്ടാവാം. ഇനിയൊന്നും നേടാനില്ലായെന്നു ചിന്തിക്കാം. എന്നാൽ വെല്ലുവിളികളും പ്രതിബന്ധങ്ങളുമുണ്ടാകുമ്പോൾ അതിനെ മറികടക്കുവാൻ മനസ്സ് ഊർജ്ജം സംഭരിക്കും.

ആത്മശക്തി നൽകുവാൻ പരാജയങ്ങൾക്കു വല്ലാത്തൊരു കഴിവുണ്ട്. ഓരോ പരാജയവും അവഹേളനത്തെ മനക്കരുത്തോടെ നേരിടുവാനുള്ള ആയുധമാണ്. 'ആപത്തുകൾ അധ്യാപകരാണ്' എന്നാണ് 'ഹാസ്ലിറ്റ്' സമർത്ഥിക്കുന്നത്.

കൗമാരകാലഘട്ടത്തിൽ മാത്രമല്ല, ജീവിതത്തിലുടനീളം പരാജയങ്ങൾ സർവ്വസാധാരണമാണ്. സങ്കീർണ്ണമായ, അമാത്സര്യമനോഭാവം നിറഞ്ഞ ഈ ലോകത്തിൽ പരാജയപ്പെടാത്തവരായി ആരുണ്ട്!

ഓരോ പരാജയവും നമ്മുടെ അഹംഭാവത്തിന്റെ മുനയൊടിക്കും. 'കാർമേഘമില്ലാത്ത ജീവിതത്തിൽ മഴവില്ല് കാണില്ല' എന്ന ഡിസ്രേലി (Disreli)യുടെ തത്ത്വചിന്ത പരാജയത്തിന്റെ ആവശ്യകതയിലേക്കു വിരൽ ചൂണ്ടുന്നു.

പരാജയവും അനുബന്ധദുഃഖങ്ങളും കേവലം മാനസികഭാവങ്ങൾ മാത്രമാണെന്നാണ് മഹാകവി ഉള്ളൂരിന്റെ അഭിപ്രായം:

'കിട്ടാഞ്ഞാൽ കിട്ടിയില്ലെന്ന് ദുഃഖം,
കിട്ടിയാൽ വേർപെടുമെന്ന് ദുഃഖം,
ദുഃഖമോ ദുഃഖം, സുഖവുമോർത്താൽ
ദുഃഖത്തിൻ പര്യായം ജീവിതത്തിൽ'

നമ്മുടെ ജീവിത റിക്കോർഡിൽ പരാജയങ്ങളുടെ ഒരു നീണ്ട നിര തന്നെ ഉണ്ടാവാം. എന്നാൽ അതിനു മുമ്പിലും പുറകിലുമൊക്കെയായി തിളങ്ങി നിൽക്കുന്ന നൂറിരട്ടി വിജയങ്ങൾ നാം കാണാതെ പോവുന്നു. ഒരു ദോഷൈകദൃക്ക് ആകുമ്പോഴാണ് പരാജയം കയ്പേറിയതാകുന്നത്. ശുഭാപ്തിവിശ്വാസമുള്ളവർ നിതാന്ത പരിശ്രമത്തിലൂടെ വിജയത്തിലെത്തും.

ആത്മവിശ്വാസത്തെ വർദ്ധിപ്പിക്കണം. അങ്ങനെ പരാജയത്തെ നോക്കി 'കൊഞ്ഞനം' കുത്താം. ഉറച്ച തീരുമാനങ്ങളെടുത്ത് മുന്നോട്ടു നീങ്ങാം. പരാജയങ്ങളിൽ നിന്നും പാഠങ്ങൾ ഉൾക്കൊള്ളുക. പരാജയത്തിന്റെ 'പോസിറ്റീവ് സൈഡ്' ഉൾക്കൊള്ളാം. മറ്റെല്ലാം മറന്നുകളയാം. എല്ലാം നേടുന്നതിലാണ് ജീവിത സന്തോഷമെങ്കിൽ മദർതെരേസയും ഗാന്ധിജിയുമൊക്കെ പരമദുഃഖിതർ ആകുമായിരുന്നു.

'പരാജയപ്പെടാതിരിക്കണോ? ഒന്നും ചെയ്യാതിരിക്കൂ' എന്ന് വാട്ട്ലി ഉപദേശിച്ചപ്പോൾ വിജയത്തിലേക്കുള്ള ആദ്യ കാൽവയ്പാണ് പരാജയമെന്ന് കൗമാരപ്രായക്കാർ മനസ്സിലാക്കണം!

സമയബോധവും
കൗമാരപ്രായവും!

സമയം അമൂല്യമാണെന്നും ഓരോ നിമിഷവും നിങ്ങൾ മരണത്തിലേയ്ക്ക് അടുക്കുന്നുവെന്നും കേൾക്കുന്ന കൗമാരപ്രായക്കാരന്റെ ചുണ്ടിൽ ഒരു പുഞ്ചിരി വിടരും. അനന്തവിഹായസെന്നതുപോലെ പതിറ്റാണ്ടുകൾ നമുക്കു മുമ്പിൽ നീണ്ടു നിവർന്നു കിടക്കുകയല്ലേയെന്ന് അവർ ചിന്തിക്കും. എന്നാൽ ഈ പതിറ്റാണ്ടുകൾ ക്ഷണനേരം കൊണ്ട് കടന്നുപോകുമ്പോഴാണ് 'സമയം' എത്ര വേഗത്തിൽ പായുന്നു എന്ന് നാം മനസ്സിലാക്കുക.

മരണവും പ്രതീക്ഷിച്ച് കട്ടിലിൽ കിടക്കുമ്പോൾ 'ജീവിതവും ഇത്ര യേയുള്ളു അല്ലേ!' എന്ന് അദ്ഭുതപ്പെടുന്ന പാറപ്പുറത്തിന്റെ 'അരനാഴിക നേര'ത്തിലെ അപ്പൂപ്പനെപ്പോലെ, നമ്മളും അതിശയിച്ചു പോകും. ജീവിതം എത്ര ഹ്രസ്വമാണ്. അതിനുള്ളിൽ വഴക്കടിക്കാനും വേണമെങ്കിൽ 'രണ്ടു പൊട്ടിക്കാനും' സമയമെവിടെ?

സമയത്തെപ്പറ്റി ചിന്തിക്കുവാൻ സമയമില്ലായെന്നതാണ് കൗമാരക്കാരുടെ പ്രശ്നം. അല്ലെങ്കിൽത്തന്നെ ജീവിതം കത്തിത്തുടങ്ങുമ്പോൾ തന്നെ 'കരിന്തിരി'യെക്കുറിച്ച് ധ്യാനിക്കുന്നത് ഉചിതവുമല്ല. അപ്പോൾ മരണത്തെക്കുറിച്ചല്ല, ജീവിതത്തെക്കുറിച്ചാണ് ഓരോ കൗമാരപ്രായക്കാരനും ചിന്തിക്കേണ്ടത്. ഒരു നിശ്ചിത സമയക്രമം പാലിച്ചുകൊണ്ട്, ഫലപ്രദമായ ഒരു 'ടൈംടേബിൾ' നിലനിർത്തിക്കൊണ്ട് കടന്നുവരുന്ന ഓരോ ദിനത്തെയും നേരിടാം.

സമയത്തെ ഫലപ്രദമായി ഉപയോഗിക്കുകയെന്ന 'റൈറ്റ് ചോയ്സ്' വിജയത്തിലേക്കുള്ള ഒരു മന്ത്രം തന്നെയാണ്. ഫിസിക്സും കെമിസ്ട്രിയും മാത്തമാറ്റിക്സും ധനതത്ത്വശാസ്ത്രവും രാഷ്ട്രമീമാംസയുമൊക്കെ നമ്മുടെ കാൽചുവട്ടിലൊതുങ്ങണമെങ്കിൽ 'പ്ലാനിംഗ്' എന്ന കൂച്ചുവിലങ്ങ് ആവശ്യമാണ്. എല്ലാവർക്കും ലഭിക്കുന്നത് കേവലം ഇരുപത്തിനാല് മണിക്കൂറുകളാണ്. അപ്പോൾ സമയമല്ല, സമയക്രമീകരണമാണ് നമ്മുടെ പ്രശ്നം.

കൗമാരപ്രായക്കാർ വിദ്യാർത്ഥികൾ കൂടിയാണെന്ന യാഥാർത്ഥ്യത്തിൽ ഊന്നിനിന്നുകൊണ്ട് പരിശോധിക്കുമ്പോൾ 'സമയം' എത്രയോ പ്രാധാന്യമേറുന്ന കാര്യമാണെന്ന് മനസ്സിലാകും. ഓരോ മിനിറ്റും പ്രധാനപ്പെട്ടതാണ്. വിനോദവും സംസാരവുമൊന്നും 'സമയം പാഴാക്കൽ' അല്ല. ഒരു ദിനത്തിൽ ശൂന്യമായ നിമിഷങ്ങൾ ഉണ്ടാവരുത്. യുക്തിസഹജമായി ചിന്തിക്കുവാനും അർത്ഥസംപുഷ്ടമായ ജീവിതം നയിക്കുവാനും നാം 'പ്രവർത്തിക്കുന്നവരാകാം'. ജീവിതത്തെ 'പിണ'മാക്കാതെ ഊർജ്ജസ്വലമാക്കുക.

നിദ്രയ്ക്കു മുമ്പായി പിറ്റേന്ന് സുപ്രഭാതം മുതൽ ചെയ്യേണ്ട പ്രവർത്തനങ്ങളെക്കുറിച്ച് ഒരു ലിസ്റ്റ് തയ്യാറാക്കിയാൽ തന്നെ നാം പാതി വിജയിച്ചു. ഉണർന്നിരിക്കുന്ന സമയത്തെ ഈ ലിസ്റ്റിലുൾപ്പെടുന്ന കാര്യങ്ങൾക്കായി പങ്കുവയ്ക്കാം. ഈ 'വീതിച്ചു നൽകൽ' ഉപയോഗപ്രദമായ ഒരു ദിനം നമുക്കു സമ്മാനിക്കും.

'സമയം' കൈപ്പിടിയിലൊതുങ്ങിയാൽ തെറ്റായ വീക്ഷണങ്ങൾ, വിഷാദാവസ്ഥ, അച്ചടക്കമില്ലായ്മ, അന്ധവിശ്വാസങ്ങൾ, മുൻവിധികൾ എന്നിവയെല്ലാം ഇല്ലാതാകും. ചിന്തകൾ ആവിർഭവിക്കുവാൻ സമയം വേണം. ചിന്തകളെ പ്രവൃത്തികളാക്കി മാറ്റുവാനും സമയം വേണം.

പരീക്ഷകൾ തുടർച്ചയായെത്തുമ്പോൾ, വിജയം കൊയ്യുവാനും വ്യക്തമായ സമയക്രമത്തിലൂന്നിയ പഠനശീലം അനിവാര്യമാണ്. അനാവശ്യമായ ചിന്തകളും പ്രവൃത്തികളും ഒഴിവാക്കുവാനും 'ടൈംടേബിൾ' ആവശ്യമാണ്.

ലക്ഷ്യങ്ങൾ നിർവ്വചിക്കാം. അവയുടെ സാക്ഷാത്കാരത്തിനായി സമയത്തെ വ്യക്തമായി വീതിക്കാം. ഉണ്ണാനും ഉറങ്ങാനും ഉടുക്കാനും മാത്രമല്ല, ഉയരങ്ങളിലെത്താനും ഉത്സാഹിക്കണം.

'എന്റെ ജീവിതത്തിലെ ഏറ്റവും പ്രധാന സമയം ഏതാണ്?'

ശിഷ്യൻ ഗുരുവിനോടു ചോദിച്ചു.

'ഇതുതന്നെ!'

പുഞ്ചിരിച്ചുകൊണ്ട് ഗുരു മറുപടി പറഞ്ഞു.

'ഇതു തന്നെ', 'ഇന്നു തന്നെ' എന്നു നമുക്കും പറയാം. ■

സ്വന്തം ശക്തിയിൽ വിശ്വസിക്കാം

ഹൈറേഞ്ച് നിവാസികൾ പലപ്പോഴും കണ്ടിട്ടുള്ള ഒരു കാഴ്ചയുണ്ട്. വാഹനാപകടങ്ങളിൽപ്പെടുന്നവർ 'ഏന്തിയും വലിഞ്ഞും' പരമാവധി കഷ്ടപ്പെട്ടു റോഡിലെത്തുന്നു. സഹായം ഉറപ്പായാൽ ഉടൻതന്നെ അവർ ബോധം കെട്ടുവീഴുന്നു. ഇത് ഒരു തരം 'ഡിഫൻസ് മെക്കാനിസം' തന്നെയാണ്. സഹായം ലഭിക്കുന്നതുവരെ അവരുടെ മനസ്സ് ശരീരത്തെ താങ്ങിനിർത്തുന്നു. എന്നാൽ സഹായം ലഭിക്കുമ്പോഴോ, മനസ്സിന്റെ ഈ ശക്തി അവരെ കൈവിടുന്നു.

മനസ്സിന്റെ ശക്തി അപാരമാണ്. കിണറ്റിൽ വീണ കുഞ്ഞിനെ രക്ഷിക്കുവാൻ കൂടെ എടുത്തുചാടുന്ന അമ്മ ഈ മനശ്ശക്തിയുടെ പ്രതീകമാണ്. മനസ്സിന്റെ യഥാർത്ഥ ശക്തി ഇപ്പോഴും നിർവ്വചിക്കപ്പെടാതെ നിലകൊള്ളുന്നു. എങ്കിലും ചില 'പൊടിക്കൈകൾ' പ്രയോഗിച്ചാൽ മനശ്ശക്തി ഒരു പരിധിവരെ വർദ്ധിപ്പിക്കുവാൻ സാധിക്കും.

'നമുക്ക് കഴിയില്ല' എന്ന വിരുദ്ധ ചിന്ത മനസ്സിൽ നിന്നകറ്റിയാൽ ത്തന്നെ നാം പാതി വിജയിച്ചുകഴിഞ്ഞു. 'പരാജയപ്പെട്ടു' എന്ന ചിന്ത മനസ്സിൽനിന്നും തുടച്ചുനീക്കുക. ഇതും ഇതിനപ്പുറവും നമുക്കു സാധിക്കും എന്നു കരുതാം.

'റിസ്കുകൾ' ഏറ്റെടുക്കാം. ജീവിതമെന്നത് ഒരു ഞാണിന്മേൽക്കളിയായിക്കരുതണം. മനശ്ശക്തി തന്നെയാണ് വിജയത്തിന്റെ നിർണ്ണായക ഘടകം. വലിയ ശക്തിമാനായിരിക്കണമെന്നില്ല വിജയിക്കുന്നത്; വിജയിക്കുവാൻ സാധിക്കുമെന്ന് കരുതുന്നവനായിരിക്കും.

നമ്മുടെ കഴിവിന്റെ പരമാവധി (Maximum Potential) ഉപയോഗപ്പെടുത്തുവാൻ പരിശ്രമിക്കാം. സ്വന്തം കഴിവുകളിൽ വിശ്വാസമർപ്പിക്കണം. താൻ എന്തായിത്തീരണമെന്ന് ആഗ്രഹിക്കുന്നുവോ; ആ അവസ്ഥയെക്കുറിച്ച് സ്വപ്നങ്ങൾ കാണണം. തുടർച്ചയായ മാനസിക ശാരീരിക വ്യായാമങ്ങളിലൂടെ 'പിരിമുറുക്കം' കുറയ്ക്കാനാകും. പറ്റിയ അബദ്ധങ്ങളോർത്ത് ആകുലചിത്തരാകാതെ 'നാളെ'യെ നേരിടുവാൻ മുന്നേറാം.

സൃഷ്ടിപരമായ ശക്തിയും ഉൾക്കാഴ്ചയും നമ്മിലുണ്ട്. അതീന്ദ്രിയ പരമായ വീക്ഷണം, നശ്വരതയ്ക്കപ്പുറത്തേക്കുള്ള ജീവിതചിന്തകൾ എന്നിവയെല്ലാം ആവശ്യം തന്നെയാണ്.

തന്റെ കഴിവിന്റെ പരമാവധി ഭംഗിയായി, ഒരു കാര്യം ചെയ്തുതീർക്കാനായാൽ നാം നമ്മെത്തന്നെ അഭിനന്ദിക്കണം. മറ്റുള്ളവരിൽ നിന്നും ലഭിക്കുന്ന സബ്ജക്റ്റീവ് ആയ പുകഴ്ത്തലിനെക്കാൾ പതിന്മടങ്ങ് ശക്തിയുണ്ടാവും അതിന് എന്നതു വാസ്തവമാണ്.

സ്വന്തം പെരുമാറ്റങ്ങളെ നിയന്ത്രിക്കാനാവശ്യമായ ശക്തി സ്വന്തം മനസ്സിനുണ്ട്. പുഞ്ചിരിയോടെ വിജയപരാജയങ്ങളെ നേരിടണം. 'യെസ്' എന്നു പറയേണ്ടിടത്ത് 'നോ' പാടില്ല. എന്നാൽ മുൻവിധിയില്ലാതെ, തെറ്റിനെ എതിർക്കുകയും വേണം.

ഊർജ്ജസ്വലതയും ആവേശവും നമ്മിലെ ശക്തിയെ തൊട്ടുണർത്തും. നമ്മിൽ വിശ്വസിക്കുവാനുള്ള ശക്തി, നമ്മുടെ 'വിധി' മാറ്റിയെഴുതുവാൻ കെല്പുള്ള ശക്തി തന്നെയാണ്.

ഊർജ്ജം നിറഞ്ഞു കവിയുന്ന കാലമാണ് കൗമാരപ്രായം. ഈ അമിതമായ ഊർജ്ജം ചെലവഴിച്ചേ മതിയാവൂ. ക്ലാസ്റൂമുകളിൽ

ബഹളം വയ്ക്കുന്നവരും അക്രമാസക്തരുമൊക്കെ തങ്ങളിലെ ഊർജ്ജം തെറ്റായ ദിശയിൽ ചെലവഴിക്കുന്നവരാണ്. കൗമാരപ്രായത്തിലെ ഊർജ്ജം ചെലവഴിക്കപ്പെട്ടില്ലെങ്കിൽ അതു ദുഷിക്കും. 'കഠിനാദ്ധ്വാനം ആരെയും കൊന്നിട്ടില്ല' എന്ന പഴമൊഴി നമ്മുടെ കണ്ണു തുറപ്പിക്കുവാൻ പര്യാപ്തമാണ്.

സാധാരണ കാര്യങ്ങൾ പോലും അസാധാരണമായ രീതിയിൽ ചെയ്യുവാൻ ശ്രമിക്കൂ! നമുക്ക് നമ്മുടേതായ ശൈലി വളർത്തുവാൻ കഴിയും. നമ്മുടെ വ്യക്തിത്വവും ജീവിതവീക്ഷണവും നമ്മുടെ പ്രവൃത്തികളിൽ പ്രതിഫലിക്കുന്നതായി കാണാം. ലോകജനശ്രദ്ധ പിടിച്ചു പറ്റിയ മഹാന്മാരൊക്കെ തങ്ങളുടെ ശക്തിയിൽ വിശ്വസിക്കുകയും സ്വന്തമായ പാത വെട്ടിത്തെളിക്കുകയും ചെയ്തവരാണ്.

വിജയത്തിലേക്കു കുറുക്കുവഴികൾ ഇല്ല. കൗമാരം പിന്നിട്ട് യൗവ്വനത്തിലേക്കു പ്രവേശിക്കുമ്പോൾ നമ്മുടെ മഹത്തരങ്ങളായ നേട്ടങ്ങളായി എടുത്തുപറയാൻ എന്തെങ്കിലും ഉണ്ടാവണം!

ഒരുവന്റെ ഏറ്റവും വലിയ പരാജയം സ്വന്തം ശക്തിയെക്കുറിച്ചുള്ള അജ്ഞതയാണ്. ആത്മവിശ്വാസത്തിന്റെ തോത് ഉയരുമ്പോൾ, ആശയവിനിമയപാടവവും നേതൃത്വഗുണങ്ങളുമെല്ലാം താനെ പിന്തുടർന്നു കൊള്ളും.

വഴി തെറ്റിയാൽ!

ബർണാർഡ് ഷാ സ്വാതന്ത്ര്യത്തെ നിർവചിച്ചിരിക്കുന്നത് ഇപ്രകാരമാണ്: “സ്വാതന്ത്ര്യമെന്നാൽ ഉത്തരവാദിത്വമെന്നർത്ഥം. അതുകൊണ്ടാണ് പല മനുഷ്യരും സ്വാതന്ത്ര്യം വേണ്ടെന്നു വയ്ക്കുന്നത്.'

‘ഈ അച്ഛനൊന്നു വിദേശത്തേക്കു തിരിച്ചുപോയിരുന്നുവെങ്കിൽ!'

യു.കെയിൽ നിന്നുമെത്തിയ അച്ഛൻ ആകെ കാര്യങ്ങൾ ‘കുളം’ ആക്കിയതായി ബാബുവിനു തോന്നി. കൂട്ടുകാരുമൊത്തുള്ള ബൈക്ക് റേസ്, ക്രിക്കറ്റ് കളി, ഒത്തുചേരൽ ഇവയൊന്നും നടക്കുന്നില്ല. എന്നു മാത്രമല്ല, അച്ഛനെ ഫോണിലൂടെ ധരിപ്പിച്ചിരുന്ന ടൈംടേബിൾ പ്രകാരം ജീവിതം മുമ്പോട്ടു തള്ളുകയും വേണം.

‘ഇല്ലാത്ത പൊല്ലാപ്പ്’ എന്തിനെന്ന മട്ടിൽ അമ്മയും മൗനം പാലിച്ചു.

യൗവനവും പിന്നിട്ടപ്പോഴാണ് അച്ഛൻ കൂടെയില്ലാതെ വളർന്നതിന്റെ തിക്തഫലങ്ങൾ ബാബു ഗ്രഹിക്കുന്നത്.

അച്ഛനുണ്ടായിരുന്നുവെങ്കിൽ തന്റെ സുദീർഘമായ ഫോൺ സംഭാഷണങ്ങളിൽ ഇടപെടുമായിരുന്നു. അസമയങ്ങളിൽപ്പോലുമെത്തിയ 'അപ്രതീക്ഷിത സന്ദർശകർ' ഒഴിവാകുമായിരുന്നു. രാത്രികാലങ്ങളിലെ ബാർ സന്ദർശനങ്ങളും 'അടിപൊളി' പാർട്ടികളും നിയന്ത്രിക്കപ്പെടുമായിരുന്നു. പഠനസമയം 'അച്ഛന്റെ ക്ഷേമത്തിനായെങ്കിലും' വർദ്ധിക്കുമായിരുന്നു. 'നാളെ, നാളെ, നീളെ, നീളെ' എന്ന ചിന്താഗതി തിരുത്തപ്പെടുമായിരുന്നു. നിസ്സാരകാര്യങ്ങളിൽപ്പോലുമുള്ള പൊട്ടിത്തെറികൾ ഒഴിവാക്കപ്പെടുമായിരുന്നു. അവ്യക്തമായ ലക്ഷ്യങ്ങളിൽ ജീവിതം തകരാതെ, വ്യക്തമായ ജീവിതലക്ഷ്യങ്ങൾ രൂപീകരിക്കപ്പെടുമായിരുന്നു. എന്തിനാണ് മുൻഗണന നൽകേണ്ടതെന്ന് അനുഭവത്തിൽ നിന്നും അച്ഛൻ പറഞ്ഞുതരുമായിരുന്നു. കൗമാരപ്രായത്തിൽ താൻ സ്വതന്ത്രനായപ്പോൾ, വാസ്തവത്തിൽ ദുശ്ശീലങ്ങളുടെ ബന്ധനമാണ് തന്നെ തേടി വന്നതെന്ന് ബാബുവിനു തോന്നി.

കൗമാരകാലഘട്ടത്തിൽ വഴി തെറ്റിയാൽ, അതു ജീവിതം തന്നെ മാറ്റിമറിച്ചേക്കാം. പ്രചോദനത്തിലൂടെ കൗമാരജീവിതം ആരംഭിക്കാം. പക്ഷേ, നമ്മെ നയിക്കേണ്ടത് നല്ല ശീലങ്ങളായിരിക്കണമെന്നു മാത്രം. മുൻപ് സൂചിപ്പിച്ചതുപോലെ, പുകയിലയും മദ്യവും മദിരാക്ഷിയുമൊന്നുമില്ലാത്ത ഒരു ജീവിതം ധാർമ്മികമായ ഭദ്രത നൽകുന്നു. നമ്മിൽ ഉറഞ്ഞുകൂടുന്ന 'അലസത' ഒഴിവാക്കണം.

ആരോ നമ്മെ നിയന്ത്രിക്കുവാനുണ്ട് എന്ന ചിന്ത ആനന്ദം ഉണ്ടാക്കുന്നതാണ്. ആരുടെയൊക്കെയോ കാരുണ്യംകൊണ്ട് വഴി തെറ്റാതെ നാം മുമ്പോട്ടു പോകുന്നുവെന്ന് ആശ്വസിക്കുക. റൂസോ അഭിപ്രായപ്പെട്ടതുപോലെ, മനസ്സാക്ഷി ആത്മാവിന്റെ ശബ്ദമാണ്. അതു ശ്രവിക്കുവാൻ ഉൾക്കണ്ണുകൾ തുറക്കണം.

മനുഷ്യജീവിതത്തിലെ ഏറ്റവും സുപ്രധാന കാലഘട്ടമായ കൗമാരത്തിൽ ജീവിതനദി മലിനപ്പെടാതെ ഒഴുകട്ടെ.

'എല്ലാമറിയുന്ന കൗമാരം എനിക്കില്ല' എന്നാണ് ഒസ്കാർ വൈൽഡ് (Oscar Wilde) വിലപിച്ചത്. കൗമാരം എല്ലാമറിയുന്നു. നീതിയുടെ പട വാളേന്തി അനീതിക്കെതിരെ ഘോരയുദ്ധം ചെയ്യുവാൻ ആ കൈകൾ കൊതിക്കുന്നു. നിലനിൽക്കുന്ന അനീതികൾക്കും അനാചാരങ്ങൾക്കും അന്ധവിശ്വാസങ്ങൾക്കുമെതിരെ ആ നാവുകൾ ചലിക്കുന്നു. എന്നാൽ വളരുന്തോറും ആ ആത്മാർത്ഥത നഷ്ടപ്പെടുന്നുണ്ടോ? സ്വയം വിലയിരുത്തുക.

കൗമാരത്തെ 'കയ്യിലെടുക്കുവാൻ' വളരെ എളുപ്പമാണ്. അതിനാൽ ത്തന്നെ കൺമുൻപിലുള്ള ചതിക്കുഴികൾ തിരിച്ചറിഞ്ഞ് വിവേകികളാവുക. ആശയങ്ങളും ഉത്തമമായ പ്രവൃത്തികളും ഒരു പ്രായത്തിന്റെയും കുത്തകയല്ല. ഏറ്റവും ഉദാത്തമായ ചിന്താധാരകൾ കൗമാരത്തിൽ നിന്നും ഒഴുകട്ടെ.

പ്രശ്നങ്ങൾ എണ്ണിത്തിട്ടപ്പെടുത്താതെ, നേട്ടങ്ങൾക്കു പ്രാധാന്യം നൽകാം. എബ്രഹാം ലിങ്കൺ (Abraham Lincoln) തന്റെ മകന്റെ അധ്യാപകന് എഴുതിയ കത്തിൽ ഇപ്രകാരം സൂചിപ്പിച്ചു.

"ബുദ്ധിശക്തിക്ക് ഉയർന്ന വിലയിടുവാൻ അവനെ പഠിപ്പിക്കുക. എന്നാൽ ഹൃദയത്തിൽ അവൻ പ്രൈസ് ടാഗ് സൂക്ഷിക്കരുത്."

നമ്മുടെ മനസ്സാക്ഷിയെ വില്പനച്ചരക്കാക്കാതെ, ബുദ്ധിശക്തിയെ വിൽക്കുവാൻ നമുക്കു കഴിയട്ടെ. നിഴലുകളെ ഭയപ്പെടാതെ അചഞ്ചലമായി മുമ്പോട്ടു പോകുക. നിഴലുകൾക്കപ്പുറം വെളിച്ചമുണ്ട്. കൗമാരത്തിനപ്പുറം യൗവനത്തിന്റെ തീക്ഷ്ണതയും ജീവിതത്തിന്റെ ഓജസ്സുമുണ്ട്.

ധാരാളം വായിക്കാം! വളരാം. 'ഒരു തുള്ളി മഷി ലക്ഷങ്ങളെ ചിന്തിപ്പിക്കാം!' എന്ന ലോഡ് ബൈറന്റെ അഭിപ്രായം എല്ലാ കൗമാരപ്രായക്കാർക്കും പ്രചോദനമാകട്ടെ.

■